नेपोलियननंतर तुम्हीच!
(निवडक विनोदी कथा)

'दिलीपराज प्रकाशन प्रा. लि.'च्या नवीन पुस्तकांची यादी व माहिती हवी असल्यास आपला पत्ता, दूरध्वनी क्रमांक किंवा Email आमच्या diliprajprakashan@yahoo.in या Email address वर पाठवावा किंवा आमच्याशी दूरध्वनी क्रमांक फॅक्ससहित : ०२०-२४४८३९९५/ २४४९५३१४/ २४४७१७२३ यावर संपर्क साधावा. आमच्या वेबसाईटला एकदा अवश्य भेट द्या.

Website: www.diliprajprakashan.com

नेपोलियननंतर तुम्हीच!

(निवडक विनोदी कथा)

सुभाष भेण्डे

दिलीपराज प्रकाशन प्रा. लि.
२५१ क, शनिवार पेठ, पुणे - ४११ ०३०.

नेपोलियननंतर तुम्हीच! / Nepolienatar Tumhich!

प्रकाशक
राजीव दत्तात्रय बर्वे,
मॅनेजिंग डायरेक्टर,
दिलीपराज प्रकाशन प्रा. लि.,
२५१ क, शनिवार पेठ, पुणे - ४११ ०३०

© अजय भेण्डे
५, ज्ञानदेवी, साहित्य सहवास, कलानगर,
वांद्रे (पू.), मुंबई - ४०० ०५१

प्रकाशन दिनांक : १५ जुलै २०११

प्रकाशन क्रमांक : १८८०

ISBN : 978-81-7294-877-1

मुद्रक
रेप्रो नॉलेज कास्ट लिमिटेड, ठाणे

टाईपसेटिंग
पितृछाया मुद्रणालय,
९०९, रविवार पेठ, पुणे - ४११ ००२

मुद्रित शोधन
मिलींद बोरकर, पुणे

मुखपृष्ठ
ज्ञानेश सोनार

माझे ज्येष्ठ मित्र
दिनकर साक्रीकर
यांना...

अनुक्रमणिका

•१•

आपलेच दात : आपलेच ओठ!

कॉलेजकडे जाताना 'अनिल चाफेकर—डेन्टिस्ट' ही निळ्या रंगाची, वळणदार अक्षरांतली पाटी रत्ना रोज पाहत होती. पण दस्तुरखुद्द चाफेकरकडे जायची आपल्यावर कधी पाळी येईल, असं तिला वाटलं नव्हतं!

मागल्या आठवड्यात ती बसनं गिरगावला मावशीकडे निघाली होती. लालबागला बस पोचली आणि थोडी थांबून भरधाव पुढं निघाली. तेवढ्यात भाजीची पाटी डोकीवर सांभाळत एक बाई रस्ता ओलांडू लागली आणि ती बसखाली सापडू नये, म्हणून ड्रायव्हरनं दात-ओठ खाऊन कच्कन ब्रेक लावला. बस एकदम थांबली. रत्ना बेसावध होती. तिचं मस्तक एकदम पुढं झुकलं आणि चेहऱ्याचा खालचा भाग—ओठ, हनुवटी धाड्दिशी पुढल्या सीटच्या मागच्या बाजूस आपटली! क्षणभर तिच्या डोळ्यांपुढं अंधारी आली. मग तिला जाणवलं की, आपल्याला तोंडाच्या आतल्या बाजूला मनस्वी वेदना होत आहेत. इतक्या की, एकदम बस थांबवणाऱ्या ड्रायव्हरला शिव्या देणंही आपल्याला शक्य नाही! मावशीच्या घरी येऊन तिनं प्रथम आरशात पाहिलं—

तिचा वरचा ओठ सुजला होता आणि वरचे दोन दात

चक्क हलत होते!

रत्ना पार वैतागली! सुजलेला ओठ बरा होईल, पण दातांचं काय? एकदा पडून आले आहेत—म्हणजे पडले-बिडले तर पुन्हा नवे दात उगवण्याची शक्यता नाही! बरं, 'पडेनात का!' म्हणायची सोय नव्हती! दात अगदी पुढले. बोलायला-हसायला तोंड उघडलं, तर छानपैकी बोळकं दिसणार! बावीस वर्षांच्या अविवाहित तरुणीचं बोळकं समाजानं स्वीकारलं नसतं! एक वेळ दात किंचित (पण किंचितच बरं का!) पुढं असलेले चालतील, पण पुढल्या बाजूला एवढी मोठी फट? छे! कोण स्वीकारील उघड्या डोळ्यांनी?

सुजलेला ओठ निवळल्यावर तिनं आयुष्यात प्रथमच दाताच्या डॉक्टरकडे जायचं ठरवलं आणि तसं ठरवल्यावर तिच्या डोळ्यांसमोर पहिलं नाव उभं राहिलं ते अनिल चाफेकरचं! अर्थात, तिला तो काळा की गोरा; माहीत नव्हतं. पण कॉलेजकडे बसनं जाताना ती ते नाव तीन-चार वर्षं पाहत होती. (लोकांचे) दात कोरून पोट भरणारा तो अनिल चाफेकर आहे तरी कसा, हे कुतूहल तिच्या मनात होतंच.

डॉक्टरच्या रूमबाहेर व्हरांड्यात डॉक्टरची प्रतीक्षा करत तीन-चार पुरुष बसले होते. समोरच्या टी-पॉयवर फिल्मफेअर, फेमिना आदी मासिकांचे जुने, तीन-चार महिन्यांपूर्वीचे अंक पडले होते. मागं ती अशीच भावाबरोबर, मैत्रिणीबरोबर डोळे, नाक, कान, घसा आदी अवयव तपासणाऱ्या डॉक्टरांकडे गेली होती. गंमत म्हणजे, त्या सर्व डॉक्टरांच्या 'वेटिंग रूम'मध्ये तिला असेच चार-पाच महिन्यांपूर्वीचे जुने अंक दिसले होते. प्रत्येक डॉक्टरनं आपल्या वेटिंग रूममध्ये तसले जुने अंक ठेवण्याविषयीचा काही ठरावबिराव अखिल भारतीय डॉक्टर संघटनेनं केलाय की काय, हे तिच्या ध्यानात येईना! त्या ठरावाला आपल्याला जमेल तसा प्रतिसाद द्यावा, असं मनाशी ठरवून रत्नानं समोरची मासिकं चाळायला सुरुवात केली.

अर्ध्या तासानंतर तिला आत बोलावण्यात आलं. हलणाऱ्या दातांवरून तिनं हळूच जीभ फिरवली आणि मनाचा घडा करून ती आत शिरली.

समोर अनिल चाफेकर उभा होता!

त्याला पाहून ती चकित झाली. हा दातांचा डॉक्टर? हा गोरापान,

भुऱ्या केसांचा, भुऱ्या मिशांचा, हसतमुख तरुण डेन्टिस्ट आहे? सकाळी नऊ ते एक आणि संध्याकाळी सहा ते नऊ हा तरुण सडके दात, किडके दात, मोडके दात, पडके दात ह्यांच्या सहवासात घालवतो? कुठलाही कळकट पेशंट असो—त्याला आत घेतलंच पाहिजे—मग त्याला त्याचं तोंड उघडून दाखवायला सांगायचं—त्याच्या हिरड्या तपासायच्या, त्याच्या त्या 'आ' वासलेल्या तोंडात सारं ब्रह्मांड दिसतं ते मुकाट्यानं न्याहाळायचं! ईऽऽऽ गं बाई! हा गोरागोमटा तरुण कसं सोसत असेल हे? एखाद्या वातानुकूलित खोलीत बसून टायचा सामोसा चाचपीत, समोरच्या कागदावर (न वाचता) चार सह्या ठोकण्याचं गुळगुळीत काम सोडून डेन्टिस्ट व्हायची अवदसा याला का आठवली?

"बसा ना ह्या खुर्चीवर! अरेच्चा! तुम्हाला नीट ऐकू येत नाही की काय? मग कानाच्या डॉक्टरकडे जाण्याऐवजी-"

"मला चांगलं ऐकू येतंय!" ती किंचित आवाज चढवून म्हणाली.

"मग मी इतक्या वेळा सांगितलं, तरी तुम्ही एका जागी उभ्या!"

"मी विचार करीत होते."

"कसला?"

"डोंबलाचा!" एकंदरीत डॉक्टर जरा जादाच दिसतोय!

"डोंबलाचा विचार मागाहून करा. आधी या खुर्चीवर बसा—" चाफेकर म्हणाला.

रत्नानं खुर्चीकडं पाहिलं. बाप रे! एवढी प्रचंड न् शोभिवंत खुर्ची तिनं आजवर पाहिलीच नव्हती! ती वर चढली आणि सिंहासनावर आरूढ झालेल्या एखाद्या महाराणीच्या थाटात तिनं विचारलं, "कितीची हो ही खुर्ची?"

"पंधरा हजारांची! का, तुम्हाला घ्यायची आहे?" त्यानं हसत विचारलं.

"फुकट दिली तरी नको."

तो मोठ्यानं हसला आणि म्हणाला, "उघडा बघू तुमचं तोंड!"

तिनं तोंड उघडलं. तो तिच्याजवळ वाकला आणि तिच्या तोंडात

खोलवर पाहू लागला. कसल्या तरी मधुर सेंटचा सुगंध तिच्या नाकापर्यंत तरंगत आला.

"मिटा तोंड."

तोंड मिटून तिनं विचारलं, "काय सापडलं?"

"तुमचे पुढले तीन दात काढावे लागतील!"

"तीन दात?"

"हो! दोन किडले आहेत. एक आतनं पोखरला गेलाय! तुमचा डेन्टिस्ट कोण?"

"डॉक्टर अनिल चाफेकर."

तो चक्क लाजला. मग हळूच म्हणाला, "यापूर्वी कुणाला दात दाखवले होते?"

"आज मी प्रथमच या पंधरा हजारांच्या खुर्चीवर बसत्येय!" आणि तिनं बस अपघाताची हकिगत सांगितली.

"आय सी!"

"काय आय सी?"

"इथपर्यंत पाळी आली! तुमचे दोन दात हलताहेत ना ते त्याचमुळे! किडलेल्या दाताला थोडासा धक्का लागला तरी पुरे!"

"आता पुढं काय?"

"तिन्ही दात काढून टाकायचे!"

"एकदम?"

"रोज एक. तीन सीटिंग्ज कमीत कमी."

"आणि तिन्ही दात काढले म्हणजे तोंडाचं..." बोळकं शब्द तिच्यानं म्हणवेना!

"डोण्ट वरी! आता आमचं शास्त्र फार पुढं गेलंय! सगळे दात पुढं असले, ओठाबाहेर डोकावत असले तरी आम्ही ते मागं ओढून घेतो. ओबडधोबड दातांच्या जागी हिरकण्या बसवतो!"

"हिरकण्या?"

"अधरकुटी बत्तीस हिरकण्या! होनाजी बाळा वाचलाय की नाही?"

"अरे वा! तुम्हाला साहित्यातही रस दिसतोय!"

"छे—छे! साहित्यातले दातासंबंधीचे सगळे उल्लेख एकत्र करण्याची सवय आहे मला! ठीक आहे, उद्यापासून यायला लागा. एक-एक दात काढायला लागू."

"आणि त्या जागी?"

"पार्शल डेंचर लावू! छोटी कवळी—"

"कवळी?"

"कुणाला कळणार नाही! तुम्हालासुद्धा कळणार नाही; आपलेच दात की, कृत्रिम दात आहेत हे!"

ती थोडा विचार करून म्हणाली, "मी उद्या सांगते कवळीबद्दल!"

"टेक युवर ओन टाइम!"

"बिल?"

"उद्या येणार आहात ना? तेव्हा बिलाचं पाहू."

रत्ना घरी आली, तेव्हा तिची आई तिची वाट पाहत होती.

"अगं, आताच निरोप आलाय देशपांडेंकडून."

"कोण देशपांडे गं आई?"

"अगं, डॉक्टर देशपांडेंकडून? त्यांची मंडळी पुढल्या सोमवारी तुला पाहायला येणार आहेत."

रत्ना काही बोलली नाही. मग तिनं आईला दातांबद्दल, दाताच्या कवळीबद्दल सांगितलं.

"तो दंतवैद्य सोमवारपूर्वी सगळं नीट करील ना?"

"इश्श! दंतवैद्य काय म्हणतेस त्याला?"

"मग काय म्हणायचं?"

"डेन्टिस्ट!"

"मराठीत डेन्टिस्टला दंतवैद्यच म्हणतात!"

"वैद्य म्हणजे कसं—अगदी हे वाटतं!"

"हे म्हणजे?"

"काही नाही!" रत्ना उद्गारली.

"बरं बाई, डेन्टिस्ट तर डेन्टिस्ट! तर त्याला सांग, डॉक्टर पाहायला येणार आहे. दात जागच्या जागी बसव. कुंदकळ्या दिसल्या पाहिजेत काय?''

रत्नानं दुसऱ्या दिवशी आईचा निरोप अनिल चाफेकरला आईच्याच शब्दांत सांगितला तेव्हा अनिल हसला न् म्हणाला, "त्याची काही काळजी करू नका! ते माझ्याकडे लागलं. तुमचा तो डॉक्टर तुम्हाला कधी पाहायला येणार?''

"पुढल्या सोमवारी संध्याकाळी.''

"शनिवारी संध्याकाळी डेंचर लावू! पण त्यापूर्वी रोज एक अशी तीन सीटिंग्ज घ्यावी लागतील.''

"ती कशासाठी बाई?''

"रोज एक दात काढायचा, म्हणजे तीन दिवस लागणार.''

"पण एका सीटिंगमध्ये का नाही काढत तिन्ही दात?''

"भलतंच! तुम्हाला सोसवणार नाही.''

"ठीक आहे. पण अगदी हलक्या हातांनी दात काढा, बरं का!''

"अगदी हलक्या हातांनी तुम्ही कधी नखं काढता की नाही?''

"तर! त्याशिवाय ती रंगवता कशी येतील?''

"नखं काढताना कधी दुखतं का तुम्हाला?''

"छे!''

"दात काढताना तुम्हाला नखं काढताना जेवढं दुखतं, तेवढं दुखणार आहे!''

अनिल चाफेकरच्या हातातली टोकदार सुई पाहून रत्नानं गप्कन डोळे मिटले आणि तोंड उघडं केलं. डॉक्टरनं हिरड्यांना इंजेक्शन देऊन तो भाग बधिर केला आणि दात कधी अलगदपणे काढला, हे रत्नाला कळलंच नाही!

"थँक्स हं डॉक्टर!'' कापसाचा बोळा दुखऱ्या भागावर दाबून धरीत रत्ना म्हणाली, "नखं काढतानासुद्धा ह्याच्यापेक्षा जास्त दुखतं!''

"थँक्स फॉर दि कॉम्प्लिमेंट्स!'' अनिल चाफेकर हसत म्हणाला.

तिसऱ्या दिवशी शेवटचा दात काढण्यापूर्वी अनिलनं रत्नाला म्हटलं,

"हं, मग काय, तुमचे डॉक्टर काय म्हणतात?"

"कोण डॉक्टर हो?" ती दचकून म्हणाली.

"डॉक्टर देशपांडे."

"इश्श! तुमचे काय म्हणताय? त्यांनी अजून मला पाहिलं नाही; पसंत केलेलं नाही! देअर आर मेनी स्लिप्स बिट्वीन दि कप आणि दि लिप!"

"नवी म्हण सांगतो—सौंदर्य आणि कुरूपता यांमध्ये दाताची कवळी उभी असते."

"अय्या! छान वाक्य आहे! कुणाचं आहे हो?"

"डॉक्टर अनिल चाफेकर नावाचे एक डेंटिस्ट आहेत, त्यांचं!"

"आई, तुम्हाला दंतवैद्य म्हणते!"

"आहेच मी दंतवैद्य!"

"काय हो दंतवैद्य, तुमचा कोर्स पाच वर्षांचा का म्हणून? सगळ्या शरीराचा डॉक्टर पाच वर्षं मेडिकलला असतो आणि नुसत्या दातांचा डॉक्टरही पाच वर्षं? एवढं काय शिकायचं असतं दातात?"

"का बरं? आम्ही पाच वर्षं शिकू नये आणि तुमच्या त्या डॉक्टर देशपांड्यांनी—"

"पुन्हा तुमच्या?"

"सॉरी! अजून तुमच्या न झालेल्या त्या देशपांड्यांनीच पाच वर्षं शिकावं, असं थोडंच आहे? बरं, आता डोळे मिटा—तोंड उघडा! बाहेर बसलेले पेशंट ओरडतील आमच्या नावानं! ही धंद्याची वेळ आहे; गप्पा मारायची नाही!"

रत्नानं मुकाट्यानं डोळे मिटले आणि आ वासला!

जाताना तोंडावर रुमाल दाबून धरीत ती म्हणाली, "आता दोन दिवस बाहेर कुठं जायची सोय नाही!"

"का?"

"तोंडातला वरचा मजला पुढनं रिकामा झालाय!"

"तरी तुम्ही फार वाईट दिसत नाहीत, बरं का!"

“हूं! दंतवैद्याला दाताचं काय? अति परिचयात अवज्ञा का काय म्हणतात ना! तर डॉक्टर चाफेकर, शनिवारी डेंचर तयार होईल ना?”

“मी कधीच ऑर्डर दिलीय! शनिवारी नावाप्रमाणं दात चमकायला लागतील रत्नासारखे!” तो डोळे मिचकावून हसला.

शनिवारी संध्याकाळी रत्ना टॅक्सीनं चाफेकरकडे आली. दोन दिवस तिनं कसे काढले, तिलाच ठाऊक! हसताना, खाताना, तोंड उघडायची चोरी! बाबासुद्धा चेष्टा करत होते! धाकट्या भावानं तर ‘म्हातारे म्हातारे’ म्हणून जीव नकोसा केला! त्याच्यावर ओरडायचं तरी पंचाईत! शब्द बोबडे यायचे तोंडातून!

ती बाहेरच्या रूममध्ये पाच महिन्यांपूर्वीचा ‘फिल्मफेअर’ तोंडासमोर ठेवून बसून राहिली. तिची वेळ आली, तेव्हा ती खुषीत आत शिरली आणि खुर्चीवर बसू लागली.

तेवढ्यात अनिल चाफेकर म्हणाला,

“खुर्चीत बसायचं काही कारण नाही!”

तिनं आश्चर्यानं प्रश्न केला, “का?”

“अजून तुमचं डेंचर तयार झालेलं नाही!”

“अगं बाई! मग हो?” त्या दिवशी बस एकाएकी थांबल्यावर तिला बसलेला धक्का आता बसलेल्या धक्क्याच्या तुलनेनं फारच सौम्य होता!

“सोमवारी मिळेल.”

“सोमवारी? पण सोमवारी तर—”

“सकाळीच या ना! पाच मिनिटांत बसवून टाकू!”

“डेंचरची थोडी सवय झाली असती, म्हणजे बरं झालं असतं! नाही तर संध्याकाळी हसले-बिसले आणि कवळी एकदम खाली पडली, तर फजितीला पारावार नाही!” त्या कल्पनेनंच तिच्या अंगावर काटा आला!

“पण पाहायला आलेल्या मुलासमोर फिदीफिदी हसायचं नसतं मुलीनं!”

“असं का? बराच अनुभव दिसतोय तुम्हाला मुली पाहण्याचा!”

“तर! काही मुली तर केवळ फिदीफिदी हसल्या म्हणून मी नापसंत

केल्या!''

"मग मी सोमवारी सकाळी येऊ ना?''

"जरूर!''

"पण त्या दिवशी सकाळी नक्की मिळेल ना? नाही तर सगळाच घोटाळा!''

"उद्या रविवार आहे. सकाळीच जातो त्या कारागिराच्या घरी धरणं धरायला! मग तर झालं? चला, आता धंद्याचा टाइम आहे!''

"ओके! सोमवारी सकाळी भेटू!''

पण सोमवारी सकाळी तो रत्नाला भेटलाच नाही!

टॅक्सी उभी करून ती धावत दाराकडे आली, तर त्या दाराला भलं मोठं कुलूप!

तिनं घड्याळाकडे पाहिलं—साडेदहा वाजले होते. भेटण्याची वेळ : ९ ते १! तरी त्याचा पत्ता नाही! या दंतवैद्यानं ऐनवेळी चांगलंच फशी पाडलं आपल्याला!

तिनं त्याच्या नावाच्या पाटीवर पाहिलं. त्यावर घरचा पत्ता नव्हता. आजूबाजूला चौकशी केली. शेजारच्या केमिस्टच्या दुकानातल्या मालकानं खांदे उडवीत म्हटलं, "अहो, लग्नबिग्न ठरवायला गेला असेल अलिबागला!''

तसं असेल तर मात्र तिची धडगत नव्हती! तिनं केमिस्टचा फोन नंबर लिहून घेतला आणि घामाघूम होऊन ती घरी आली. एक वाजेपर्यंत तिनं केमिस्टला चारदा फोन केला. "ते डॉक्टर चाफेकर आलेयत का हो?''

"छे! कुलूप आहे दवाखान्याला!''

चौथ्या खेपेस त्या केमिस्टनं तिचा फोन नंबर घेतला. तो आलाच तर आपण स्वत: फोन करण्याची तयारी दाखवली.

तिची धावपळ तिचे बाबा शांतपणे न्याहाळत होते. ते म्हणाले, "रत्ना, तू काळजी करू नकोस! मी फोन करून त्यांना आजचा कार्यक्रम पुढं ढकलायला सांगतो.''

"कारण काय सांगणार?''

"सांगेन तू आजारी आहेस म्हणून! किरकोळ थंडी-ताप—''

फोन करून बाबा स्वयंपाकघरात आले. ती आईजवळ गप्पा मारत बसली होती.

"रत्ना, त्यांना एक आठवडा अजिबात वेळ नाही म्हणे!"

"कुणाला?"

"डॉक्टर देशपांड्यांना गं! का ते ठाऊक आहे?"

"नाही!"

"उद्या ते एक मुलगी पाहणार आहेत. परवा एक पाहणार आहेत— असे ओळीनं पाच सहा दिवस त्यांचे मुली पाहण्यात—"

तिची आई दूध तापवत होती. गॅस बारीक करून ती म्हणाली, "आपल्या रत्नाला आज संध्याकाळी पाहिलं असतं ना तर उद्यापासूनचे मुली पाहण्याचे सगळे कार्यक्रम त्यानं कॅन्सल केले असते! पण त्या मेल्या दंतवैद्यानं—"

"मी सांगते तुला आई, या डॉक्टर देशपांड्यांनी सगळ्या मुली पाहून झाल्याशिवाय आपल्याला होकार किंवा नकार कळवला नसता!"

"कशावरून गं रत्ने?"

"अगं, आठवडाभर रोज संध्याकाळी मुली पाहण्याचे कार्यक्रम आधीच ठरवणारा आणखी काय करणार आहे?"

मंगळवारी सकाळी नऊ वाजता तिला केमिस्टकडून फोन आला, "डॉक्टर चाफेकर आज आलेयत, बरं का! त्यांचा दवाखाना उघडा दिसतोय!"

तिनं त्यांचे आभार मानले. मनात म्हटलं, संध्याकाळी जाऊ. आता काय मोठासा फरक पडणार आहे?

रात्री आठनंतर ती डॉक्टर चाफेकरकडे गेली. बाहेर शुकशुकाट होता. पेशंटची गर्दी ओसरली होती. डॉक्टरांना मदत करणारी प्रौढ बाई बाहेर बसून जांभया देत होती. तिनं विचारलं, "डॉक्टर आहेत?"

"हूं. आत आहेत."

ती आत शिरली. डॉक्टर चाफेकर पांढऱ्या गाऊनच्या खिशात दोन्ही हात घालून खिडकीबाहेर पाहत उभा होता.

"डॉक्टर, शोभलं का तुम्हाला हे?"

"काय ते?'' तो चमकून उद्गारला.

"काल कुठं पसार झालात?''

"पसार?'' त्याचे डोळे चमकत होते.

"अलिबागला गेला असाल?'' सेंटच्या सुगंधानं कासावीस होत ती म्हणाली. हा दंतवैद्य इतका चांगला सेंट अंगाला का चोपडतो? बाकीचे वास मारण्यासाठी?

"अलिबागला? कशासाठी?'' त्यानं चकित होऊन विचारलं.

"लग्न ठरवायला! तो शेजारचा केमिस्ट सांगत होता!''

"लग्न?'' तो खांदे उडवून हसला. "माझ्याशी हो कोण लग्न करणार?''

"का बरं? एवढा का धीर सोडलात?'' ती हसू दाबून म्हणाली, "चांगले गोरे-गोमटे आहात, डेन्टिस्ट आहात, चांगली प्रॅक्टिस आहे; कुणीही लग्न करील तुमच्याशी!''

"मी जनरल प्रॅक्टिशनर थोडाच आहे, तुमच्या त्या डॉक्टर देशपांडे-सारखा?''

"तुमच्या-तुमच्या करू नका उगाच! काल तुम्ही माझा अवसानघात केलात. डेंचर लावतो म्हणून प्रॉमिस करून ऐनवेळी दगा दिलात! यू डिचड् मी डॉक्टर!''

डॉक्टर अनिल चाफेकर तिच्याकडे पाठ करून पुन्हा खिडकीबाहेर पाहू लागला. मग हळूच म्हणाला, "मी काल मुद्दामच आलो नाही.''

"मुद्दामच म्हणजे?'' तिनं आश्चर्यानं विचारलं.

"घरी बसून होतो एकटाच—पण इथं आलो नाही!''

"पण का? का नाही आलात?''

"मला ठाऊक होतं, तुम्ही डेंचर लावून घ्यायला येणार—मग संध्याकाळी तो डॉक्टर देशपांडे तुम्हाला पाहणार, तुम्हांला पसंत करणार—''

"अहो—पण,''

"मला ते घडू द्यायचं नव्हतं— मला त्या डॉक्टर देशपांड्यांचा मत्सर वाटत होता. आय वॉज जेलस ऑफ हिम—बिलिव्ह मी.''

"म्हणजे तुम्ही—"

तो गर्रकन मागे वळला, "तुम्ही आताच म्हणालात ना, कुणीही लग्न करील तुमच्याशी! कराल लग्न माझ्याशी?"

रत्ना भयंकर लाजली. लाजताना खालचा ओठ वरच्या दातांनी दाबून धरण्याची तिला सवय होती. पण वरचे दात होते कुठं?

"अहो दंतवैद्य, आधी डेंचर लावा पाहू. आधी धंदा, मग गप्पा."

तिनं डोळे मिटले. त्यानं लावलेल्या सेंटचा सुगंध तिच्याभोवती दरवळला. खरंच (दुसऱ्याचे) दात कोरून पोट भरत असला तरी काय वाईट आहे याच्यात? काल केमिस्टनं 'लग्न ठरवायला अलिबागला गेला असेल' असं सांगितलं, तेव्हा नकळत आपल्या छातीत बारीकशी कळ का बरं आली?

"अहो बाईसाहेब, डोळे उघडा. समोरच्या आरशात पाहा."

तिनं डोळे उघडले. वा! खरोखरीच कुंदकळ्यांसारखे दात!

"डॉक्टर बिल किती?"

"बिलाचं मग; आधी माझ्या प्रश्नाचं उत्तर! होकार असेल तर फिदीफिदी हसत, नकार असेल तर ओठ गच्च दाबून या खोलीतून बाहेर जायला हरकत नाही!"

ती फिदीफिदी हसत म्हणाली, "आधी माझ्या आईची समजूत घातली पाहिजे. ती तुम्हाला दंतवैद्य म्हणते!"

"हं, रत्ना, फार फिदीफिदी हसू नकोस; कवळी पडेल!"

लग्नानंतरच्या पहिल्या रात्री अनिलनं रत्नाला कवेत घेतलं आणि पुढं झुकून तो आपले ओठ तिच्या ओठांवर ठेवू लागला.

"सांभाळून बरं का!" रत्ना हळूच म्हणाली, "कवळी खाली पडेल!"

"काय करणार? पडली तर पडली! आपलेच दात, आपलेच ओठ! तक्रार कुणाकडे करायची?"

●●●

.२.
तापतो मार्तण्ड डोई

खरं म्हणता, साखरपुडा झाल्यानंतर आपल्या वाग्दत्त वधूला घेऊन ब्रह्मचाऱ्याच्या मठीत यायला काय हरकत आहे? त्यामुळे भयंकर स्फोटक घटना घडेल याचं मला काय स्वप्न पडलं होतं?

साखरपुडा झाला पुण्याला, एका मंगल कार्यालयात. शुभाच्या बोटात मी अंगठी चढवली; शुभानं माझ्या! त्यानंतर बाबा-आई परतले सांगलीला. शुभा अर्थातच राहिली तिच्या घरी पुण्याला आणि मी आलो गिरगावमधल्या माझ्या ब्रह्मचाऱ्याच्या मठीत. शुभाचे वडील आपल्या मित्राच्या ताब्यातल्या दोन-तीन खोल्या लग्नापूर्वी माझ्या हवाली करणार होते. खोल्या दादरला होत्या. तीन-चार महिन्यांत मोकळ्या होणार होत्या. त्या खोल्यांची किल्ली हातात पडली की लगोलग विवाह-मुहूर्त ठरवायचा मनसुबा शुभाचे वडील मार्तंडराव कीर्तने यांनी रचला होता. परिणामी, मी निश्चिंत होतो.

दरम्यान, शुभा अंधेरीच्या आपल्या काकांकडे चार दिवस राहायला म्हणून आली. आल्या-आल्या तिनं बँकेत फोन केला. रविवारी दुपारच्या मॅटिनीची मी तिकिटं काढली. इंग्रजी सिनेमा पाहायचा, हॉटेलमध्ये तासभर गप्पा मारायच्या व आठ वाजेपर्यंत

तिला तिच्या काकांकडे पोचवायचं—अशी योजना आम्ही आखली.

योजना साधी-सरळ होती. त्यात ऐनवेळी बदल करायची शुभाला काय गरज होती? पण म्हणतात ना, तशातली गत!

इंग्रजी सिनेमा नेहमीप्रमाणे लवकर संपला. सहाऐवजी पाचलाच! मेट्रोबाहेर आलो आणि जवळपासच्या एखाद्या हॉटेलात स्पेशल रूममध्ये शुभाशी कानगोष्टी करायला आता भरपूर सवड मिळेल, म्हणून मनातल्या मनात सुखावलो. थिएटरमधल्या काळोखात तिच्या डाव्या हाताची बोटं माझ्या उजव्या हाताच्या बोटांत बराच वेळ गुंतवून ठेवली होती. हॉटेलातल्या 'स्पेशल रूम'मध्ये बोटांकडून ओठांपर्यंत प्रगती करायला (तिची होती की नाही, कोण जाणे पण) माझी हरकत नव्हती! पण स्वप्न आणि पूर्ती यामध्ये परमेश्वरी इच्छा ऊर्फ शुभा उभी राहिली.

बाहेर आल्या-आल्या शुभानं प्रस्ताव मांडला.

"सिनेमा लवकर सुटलाच आहे, तर मग आपण तुमच्या खोलीकडे जाऊ या का?"

"माझ्या? गिरगावला जाऊन तिथून हॉटेलात जायचं, मग आठ वाजेपर्यंत अंधेरीला पोचायचं म्हणजे..."

"हॉटेल कॅन्सल! आपण तुमच्या खोलीवर चहा करू!"

"चहा? स्टोव्ह, भांडी, चहा, दूध, साखर नसताना चहा कसा करायचा?"

"खोलीवर चहाची काहीच व्यवस्था नाही? मग तुम्ही चहा कुठं पिता?"

"समोरच्या चाचाकडे!"

"चाचा?"

"म्हणजे इराण्याकडे! तो आम्हा सर्वांचा चाचा! माझ्या खोलीला कुलूप असलं की मित्रमंडळी चाचाकडे माझी चौकशी करतात; इतकं माझं त्याच्याशी तादात्म्य आहे!"

"ठीक, तिथं चहा घेऊ! आधी तुमची खोली!"

आम्ही टॅक्सी करून खोलीवर आलो. मी खोली उघडली. शुभा

माझ्या मागोमाग आत शिरली आणि समोरचं दृश्य पाहून तिनं अस्फुट की कसली म्हणतात ती किंकाळी मारली! भुताटकीनं भरलेल्या वाड्यात प्रवेश केल्यावर समोर हाडांचा सांगाडा पाहून हिंदी सिनेमातली नायिका मारते, तशी!

समोर जमिनीवर मधोमध वर्तुळाकार भोक असलेली, किमान वीस वर्षं जिची डागडुजी झालेली नव्हती, अशी माझी गादी अस्ताव्यस्त पडली होती.

खरं म्हणता, त्यात किंकाळी फोडण्यासारखं काय होतं? गादीला जे चार फूट व्यासाचं भोक पडलं होतं, त्याला एक जबरदस्त कारण होतं.

"कसलं कारण?" शुभानं विचारलं.

वर्षापूर्वी मी रात्री दोन वाजता (थोडीशी जास्त झाली तरी न डगमगता) खोलीत आलो आणि सिगारेट ओढत गादीवर बसलो. (गादी गुंडाळून ठेवायची माझी पद्धत नव्हती!) झोप कधी लागली, ते समजलंच नाही! कधी तरी जाग आली, तेव्हा कापड जळाल्याचा वास आला. धूरही वर येत असलेला दिसला. मी दार उघडून धडपडत बाहेर आलो. बाहेर आगीचा मागमूस नव्हता. आसपास शेजारपाजारची 'सरप्लस' मंडळी घोरत पडली होती. मी मनोमन आश्चर्य करीत पुन्हा खोलीत आलो आणि मग ध्यानात आलं की, जळत्या सिगारेटीमुळे माझीच गादी मधोमध जळाली होती! गादीला चार फूट व्यासाचं जे वर्तुळाकार भोक पडलं होतं, ते सिगारेटच्या थोटकामुळे! पाठीला चटके बसल्यामुळे मी खडबडून जागा झालो होतो!

'थोडी जास्त झाली होती', हा तपशील धूर्तपणानं गाळून मी ही कथा शुभाला सांगितली.

यावर शुभानं काय करावं?

ती मट्कन खुर्चीवर बसली आणि तोंड ओंजळीत दडवून ओक्साबोक्शी रडू लागली.

"अगं, तुला रडायला काय झालं? मला काही झालं नाही!" मी (त्या निमित्तानं) तिच्या हनुवटीखाली हात लावून ती वर करण्याचा प्रयत्न केला.

"खबरदार मला हात लावाल तर!" ती स्फुंदत म्हणाली, "तुम्ही

एवढे बेशिस्त, गबाळे आणि निष्काळजी असाल, असं वाटलं नव्हतं!''

"त्यात कसला बेशिस्तपणा? ब्रह्मचाऱ्याच्या मठात हे चालायचंच!''

"तुम्ही त्या गादीवर चादर तरी टाकायचीत! तसेच झोपता म्हणजे ईऽऽ! घाणेरडे कुठले! त्या गादीचा रंग पाहिलात? मेणचटलेली म्हणणं म्हणजे मेणचटलेपणाचा अपमान!''

"ती वरची चादर दिलीय लाँड्रीत! लेकाचा वेळेवर कपडे धुऊन देईल तर शपथ!''

"वर्षभर नवीन गादी घ्यायला सवड झाली नाही?'' ती नाक शिंकरीत विचारू लागली.

"अगं, म्हटलं—लग्न झाल्यावर नव्याकोऱ्या गाद्या सासऱ्याकडून मिळतीलच, तेव्हा...'' मी डोळे मिचकावीत संभाषण करुणरसाकडून शृंगाररसाकडे न्यायचा प्रयत्न केला.

"चूप बसा! चावट बोलू नका!'' खोलीभर नजर फिरवीत ती म्हणाली, "काय हा तुमच्या खोलीचा अवतार! तो कोपऱ्यातला ढीगभर केर, ते न धुतलेल्या कपड्यांचे बोळे— ती कोळिष्टकं, ती अस्ताव्यस्त पडलेली पुस्तकं— जनावरं राहतात तो उकिरडासुद्धा...''

"जाऊ दे शुभा! आज इथं येणार आहेस याची कल्पना असती, तर मी सकाळी अर्ध्या तासात सगळं काही व्यवस्थित केलं असतं!''

हे माझं आपलं उगाच! कारण खरं सांगायचं म्हणजे, मला माझ्या खोलीत तसं काही वावगं दिसत नव्हतं! सांगलीला आमच्या घरी हीच परिस्थिती होती! सगळं काही जागच्या जागी, नीटनेटकं असायला राहतं घर म्हणजे 'फाइव्ह स्टार हॉटेल'मधली वातानुकूलित खोली थोडीच असते!

"माणसानं कसं नीटनेटकं, व्यवस्थित, शिस्तीत—थोडक्यात, माणसासारखं राहिलं पाहिजे!'' शुभा डोळे पुसत म्हणाली.

"खरं सांगू शुभा? थोडाफार अव्यवस्थितपणा माणसाला शोभून दिसतो. आता तुझे हे केस पाहा! चापून-चोपून बसवले असतेस, तर जत्रेत मिळतात तशा पिवळ्या बाहुलीसारखी ढमाकाकू दिसली असतीस! तुझे हे केस कसे सुरेख भुरभुरताहेत... केसांची ही बट कानाच्या पाळीशी नाजूक

कानगोष्टी करते आहे... किती मस्त, आकर्षक आणि उन्मादक...''

"विषय बदलू नका!'' शुभानं आवाज चढवला आणि पुन्हा माझं नीटनेटकेपणावर अर्धा तास बौद्धिक घेतलं.

आमच्या चाचाकडचा फर्मास 'पाणी कम चहा' न पिता शुभा अंधेरीला निघाली.

तिला अंधेरीला पोचवून आल्यावर मी एकच गोष्ट केली—साधारणपणे मेदूवड्यासारखी दिसणारी ती सुप्रसिद्ध गादी मी गुंडाळून कोपऱ्यात ठेवली आणि त्या जागी एका नव्या सतरंजीची स्थापना केली.

पुढल्या महिन्यात पुण्याला माझं काही काम निघालं. बँकेच्या हेड ऑफिसात मीटिंग होती. ती चार वाजेपर्यंत संपणार होती. त्यानंतर मी गाडीनं किंवा पुणे-मुंबई टॅक्सीनं मुंबईला परतणार होतो. जमलं तर शुभाला फोन करावा, स्टेशनवर मला निरोप द्यायला तिला बोलावून घ्यावं, असा विचार होता.

पण मीटिंग सहा वाजेपर्यंत चालली. त्यानंतर टॅक्सीनं मुंबईला परतणार होतो, पण घाटात घनदाट धुकं असल्याची बातमी कुणी तरी दिली. शुभाला भेटायला मला निमित्त हवंच होतं. मी रिक्षा करून सरळ मार्तण्डराव कीर्तन्यांच्या बंगल्यावर आलो.

कीर्तन्यांचा बंगला छोटा पण टुमदार होता. स्वतः मार्तण्डरावांनी दार उघडलं.

"अरे वा! तुम्ही?'' त्यांनी हसून स्वागत केलं.

"सखाराम, साहेबांची रिक्षामधली सूटकेस घेऊन ये!'' त्यांनी आज्ञा दिली.

"छे-छे! सूटकेस वगैरे काही नाही. ही एवढी छोटी डॉक्युमेंट केस!''

"असं!''

"आजच मुंबईला परत जाणार होतो, पण राहावं लागलं. म्हणून म्हटलं—''

"वा वा! उत्तम केलंत! हां—हां, बूट इथं नका ठेवू. पूर्वेकडे दहा

मीटरवर चप्पल स्टँड आहे, तिकडे ठेवा.''

चप्पल स्टँडकडे वळण्यापूर्वी (वाचकांच्या परवानगीनं) मी भूगोलाकडे वळतो.

हे दिशांचं प्रकरण मला कधीच कळालं नाही! जिथं सूर्य उगवतो, ती पूर्व दिशा—एवढंच माझं ज्ञान. एखाद्या घरात ती कुठल्या बाजूस आहे, हे सांगणं माझ्या आवाक्याबाहेरचं काम! शाळेत असताना भिंतीवरल्या नकाशा-वरून आमचे डी. ए. कुलकर्णी ऊर्फ कुंभकर्ण सर कुठलीशी नदी दक्षिणेकडून उत्तरेकडे वाहत असल्याचं सांगत होते, तेव्हा 'नदीचा प्रवाह खालून वर जाईलच कसा?'— असा मूलभूत प्रश्न उपस्थित करून मी छडीचा मार खाल्ला होता. परिणामी, दिशांबद्दल माझ्या मनातला कडवटपणा अधिकच वाढला! आग्नेय आशियाच्या समस्या केवळ दिशांबद्दलच्या माझ्या पूर्वग्रहामुळे मला आकलन झाल्या नव्हत्या! 'सुटला पूर्व दिशेचा वारा' आळवून-आळवून म्हणणाऱ्या हीरोला मी मनोमन वंदन केलं होतं!

त्यामुळे मार्तंडरावांच्या घराच्या प्रवेशद्वारापासून पूर्वेकडे दहा मीटर अंतरावरल्या चप्पल स्टँडकडे पोचेपर्यंत मी चांगलाच घामाघूम झालो.

चप्पल स्टँड सुरेख होता. जवळच एक खुर्ची ठेवलेली होती. बूट काढणाऱ्यानं तीवर बसावं, अशी सूचना भिंतीवर होती. बूट घालणाऱ्यांसाठी वेगळी खुर्ची होती. दोन्ही खुर्च्यांच्या डिझाइनमध्ये फरक होता.

मी बूट काढून लिव्हिंगरूममध्ये आलो. माझ्या अनवाणी पायांकडे नजर टाकून मार्तंडराव विचारते झाले. ''घरात घालायच्या चपला?''

''चपला? आहेत ना—पण—आय मीन—मुंबईला.''

''ठीक! चप्पल-स्टँडच्या पलीकडे एका मीटरवर तीन वेगवेगळ्या साइजच्या हवाई चपला ठेवल्या आहेत. त्यातली तुमच्या पायाच्या साइजची घालून या.''

मी पुन्हा धडपडत उठलो आणि पूर्व दिशेकडे अकरा मीटरवरून एक हवाई चप्पल जोड पायांत सरकवून आलो.

चिवड्याच्या बशीत चमचा असूनसुद्धा मी चिवडा मुठीत घेऊन खाल्ला तेव्हा आणि बशीत चहा ओतून मी कप सवयीप्रमाणे टेबलावर

ठेवला तेव्हा मार्तंडरावांची नजर त्यांच्या नावाला शोभेल अशी किंचित प्रखर झाल्यासारखी वाटली. तेवढी गोष्ट सोडल्यास माझा भोजनापर्यंतचा कार्यक्रम सुरळीत पार पडला. नाही म्हणायला, 'पँटवरच जेवायला बसणार?' हा प्रश्न मला मार्तंडरावांनी दोनदा व शुभानं एकदा विचारला. तेव्हा 'बदलायला कपडे आणलेत कुठं?' असा प्रश्नवजा खुलासा मला करावा लागला.

रात्री मी झोपायला 'गेस्टरूम'मध्ये आलो. प्रवासातली पँट काढून ठेवावी, तर तिचं स्थान घेणारा दुसरा वस्त्रविशेष माझ्यापाशी नव्हता. आजूबाजूला कुठं लेंगा दिसतो का याचा शोध घेतला, पण खोली लख्ख होती. वॉर्डरोब, कॉट, एक सोफा सोडल्यास खोली चकचकीत होती. वॉर्डरोब उघडून पँट व शर्ट हँगरवर अडकवला आणि रजई कमरेभोवती गुंडाळणं अंमळ कठीण असल्यानं गादीवरची चादर काढून मी ती लुंगीसारखी नेसलो. नुसत्या गादीवर झोपायची मला सवयच होती! लवकरच मी निद्रादेवीच्या अधीन झालो.

सकाळी मी स्मरणपूर्वक वॉर्डरोबमधला शर्ट बाहेर काढला, अंगावर चढवला आणि शर्ट, लुंगी, पूर्व दिशेकडल्या अकरा मीटरवरच्या त्या हवाई चपला अशा जामानिम्यानिशी बाहेर आलो. मार्तंडराव, सौ. मार्तंडराव व शुभा त्यांच्याकडे पाहून मी स्मित केलं. 'गुड मॉर्निंग' असंही पुटपुटलो.

माणसाचे डोळे इतके विस्फारू शकतात, हे मी प्रथमच पाहत होतो! मुंगीनं मेरू पर्वत गिळला असता तरी कीर्तने कुटुंबीयांचे डोळे इतके विस्फारले नसते!

मी त्यांच्याकडे सोईस्करपणे दुर्लक्ष करून बाथरूममध्ये शिरलो. टूथब्रश आणलेला नव्हता. तेव्हा टूथपेस्ट तर्जनीवर पिळून मी दात घासले. कंगवा पँटमध्ये राहिला होता. तेव्हा केसांवरून पाण्याचा हात फिरवला. दाढीचं सामान मुंबईला राहिलं होतं! मार्तंडरावांकडून जमलं तर शेव्हिंग सेट घ्यायचा विचार केला. बाहेरचा एक पेपर आणून संडासमार्जन उरकलं. (पेपर हातात असल्याशिवाय आन्हिक जमत नाही! आदतसे मजबूर हूँ!)

एवढं सगळं आटोपून सिगारेट ओढत बाहेर आलो, तेव्हा लिव्हिंग रूममध्ये मोठीच गर्दी जमलेली दिसली. अनोळखी आबालवृद्ध पाहून मी

घाईघाईनं सिगारेटचं थोटूक खाली टाकून चपलेनं ते विझवलं.

"ही मंडळी कोण?" मी सोफ्यावर आरामात बसून पृच्छा केली.

"ही नात्यातली मंडळी तुम्हाला भेटायला आली आहेत! हा माझा मामेभाऊ— ही त्याची बायको. ही शुभाची मावशी— ही त्यांची मुलगी."

मार्तंडराव माझ्याकडे न पाहता भराभरा ओळख करून देत होते. मंडळी मोठी व्यवस्थित टापटिपीची दिसत होती. माझ्या चादरीवजा लुंगीकडे, दाढीच्या वाढलेल्या खुंटांकडे आणि अस्ताव्यस्त केसांकडे समस्तजन हतबुद्ध होत्साते पाहत असावेत, अशी मला शंका आली. पण तिकडे लक्ष न देता मी मार्तंडरावांना म्हणालो, "मला कपभर पाणी कम चहा मिळेल का? चहाविना जीव कासावीस झालाय!"

"कसला चहा?" मार्तंडरावांनी घोगऱ्या स्वरात प्रश्न केला.

"पाणी कम चहा—इराण्याकडे मिळतो तसा!"

"त्याहून चांगला चहा चालेल का?" —छद्मी आवाजाचं प्रात्यक्षिक दाखवीत पुन्हा त्यांचा प्रश्न.

"आज चालेल. चालेल म्हणजे काय, चालवून घेऊ!"

"चहाची व ब्रेकफास्टची व्यवस्था होतेय. तोपर्यंत तुम्ही तुमच्या रूमकडे जाऊन आलात, तर बरं होईल!" मार्तंडराव म्हणाले. मग सखारामला हाक मारून ते म्हणाले, "सखाराम, झाडू घेऊन ये पाहू."

सखाराम झाडू घेऊन आला.

"साहेबांच्या पायाखालची ती सिगारेटची थोटकं गोळा कर आणि टी-पॉयवरच्या ॲश-ट्रेमध्ये टाक. मग ॲश-ट्रे डस्टबिनमध्ये रिकामा करून ये!" हे सगळं होत असता मला ते आग्रह करत होते, "तुम्ही पाच-दहा मिनिटं रूमकडे जाऊन या ना! ही मंडळी तुमच्यासाठी खोळंबली आहेत चहासाठी!"

वास्तविक मी चहा पोटात जाण्यापूर्वी ढिम्म हलायला तयार नव्हतो. पण शुभाच्या खाणाखुणा, डोळे मोठाले करणं, खांदे उडवणं, भिवया आकुंचित करणं—हे प्रकार सुरू होते. मोठ्या कष्टानं उठलो आणि गेस्टरूममध्ये आलो.

गादीवर नवी चादर होती, एकही सुरकुती न पडलेली. चादरीवर नेहरू शर्ट आणि सफेद पायजमा यांच्या घड्या. पलीकडे नवा शेव्हिंग सेट. समोर टी-पॉय व त्यावर एक भलामोठा ॲश-ट्रे.

मनात आलं, ती गादीवरची चादर ओढून काढून तिचा चोळामोळा करावा, ॲश-ट्रे कोपऱ्यात भिरकावून द्यावा. सिगारेटची थोटकं खोलीभर पसरावीत आणि —

तेवढ्यात शुभा आत आली.

मनातले हिंसक विचार आवरून धरीत मी म्हटलं, "बोला, आता काय आज्ञा आहे?"

शुभा नाक फेंदारीत म्हणाली, "तुमचं हे वागणं की काय म्हणायचं? चादरीची लुंगी काय, चरबट दाढी काय, पिंजारलेले केस काय— शोभतं का हे असं वागणं?"

"अगं, पण—"

"काही बोलू नका! बाबा अगदी तापले आहेत!"

"तापणारच! नावच मार्तण्ड!"

"मीही रागावलेय."

"साहजिक आहे. त्यांच्या तालमीत तयार झालीयस ना!"

"आता सगळं आटोपून दहा-पंधरा मिनिटांत बाहेर या ब्रेकफास्टसाठी! जेवून जाणार ना मुंबईला?"

"छ्या! परवानगी दिलीस तर ब्रेकफास्टपूर्वीसुद्धा इथून पळ काढायची तयारी आहे माझी! जीव गुदमरून गेलाय! हवाबंद डब्यात कोंडून घातल्या-सारखं वाटतंय मला!"

"पुरे—पुरे! आता गुदमरण्याची सवय करावी लागेल बरं तुम्हाला!"

ब्रेकफास्ट करताना मी मार्तंडरावांशी एक शब्द बोललो नाही आणि बाहेर पडताना मार्तंडकन्येशीही.

'गुदमरण्याची सवय करा' म्हणे! ह्यँ!

मुंबईला पोचल्यावर ऑफिसमध्ये गेलो. काम संपवून संध्याकाळी घरी आलो. चाचाकडे जाऊन दोन कडक चहा प्यायलो. मग चाचाच्या

परवानगीनं पुण्याला फोन लावला.

फोनवर शुभा होती.

''अय्या! पोचलात का मुंबईला? मला वाटलं, वेंधळेपणानं कुठं कर्जत-कल्याणला उतरलात की काय! तुम्ही गेल्यावर बाबा काय म्हणाले, ठाऊक आहे?''

''खड्ड्यात गेला तो मार्तंडराव!''

''काय हे? भावी सासऱ्यांसंबंधी ही भाषा?''

''कोण सासरा? कोण जावई? शुभा, साखरपुडा मोडायचा असला म्हणजे इन् जनरल काय करायचं असतं?''

''अंगठ्या एकमेकांना परत द्यायच्या! पण तुम्ही हा प्रश्न...?''

''करेक्ट! अंगठ्या परत द्यायच्या! तू माझ्या बोटात घातलेली अंगठी मी तुमच्या बाथरूममधल्या बेसिनच्या वायव्य दिशेला साडेचार मीटर अंतरावरल्या कोनाड्यात सिगारेटच्या रिकाम्या पाकिटात ठेवून आलोय!''

''पण—पण का?''

मी उत्तर न देता फोन खाली ठेवला.

रूमवर आलो. कोपऱ्यात गुंडाळून ठेवलेली माझी गादी मी जमिनीवर पसरवली. चार फूट व्यासाच्या वर्तुळाकार भोकाशी पाठीच्या कण्याचा चपखल कोन साधून मी ऐसपैस ताणून दिली.

ब्रह्मानंदी टाळी कधी लागली, ते कळलंच नाही!

●●●

•३•
व्यंकटेशस्तोत्र आणि ।। पॉप म्युझिक।।

पेस्टॉलॉत्सी व्हिलेज,
ससेक्स, इंग्लंड
२५.८.१९७८

प्रिय सौ. आई,

तुम्हा साऱ्यांचा प्रेमळ निरोप घेऊन मी इंग्लंडमध्ये सुखरूप येऊन पोचले. तार मिळाली असेलच. आठ दिवस पत्र लिहायला वेळच मिळाला नाही. आता मला इथलं इंग्रजी थोडं-थोडं समजू लागलं आहे. इंग्रजी घेऊन एम. ए. झाले खरी, पण सुरुवातीला इथं इंग्रजीचं एक अक्षर कळेल तर शपथ! दोन्ही गालफडांत पावाचे तुकडे भरून बोलत असल्याप्रमाणं इंग्रजांचे उच्चार! इंग्रजीचे तो असे धिंडवडे करतो! आपण भारतीय फारच शुद्ध इंग्रजी बोलतो, यात शंका नाही! या इंग्रज माणसांनी आपल्यावर दीडशे वर्षं राज्य केलं, पण आपले उच्चार काही त्याला शिकता आले नाहीत! 'कोक'ला तो 'कौक' म्हणतो आणि 'हॉर्स'ला 'होर्स!' 'स्नॅक'ला 'स्नैक' म्हणतो ते ठीक आहे; गुजरात्यांप्रमाणं 'स्नेक' म्हणत नाही! या इंग्रजांना आळीपाळीनं एकेक वर्षं भारतात प्रशिक्षणासाठी पाठवायला हवं!

इथलं 'इंडिया हाऊस' सुरेख आहे. शेजारी नायजेरिया

आणि थायलंड देशातली मुलं राहतात. मुलांना शाळेतल्या शिक्षणाबरोबर व्यावसायिक शिक्षण दिलं जातं. आमचे वॉर्डन मिस्टर रँडॉल्फ ग्राव्हूर मला म्हणाले, "हाऊसकीपर म्हणून इथं तुमची जरी एका वर्षासाठी नेमणूक झाली असली तरी तुम्हांला दोन वर्षांसाठी मुदतवाढ मिळू शकेल." मला ते मँडा कॅरमॅरकॅर म्हणतात! त्यांना माझं नाव उच्चारायला फार अवघड वाटतं! तरी बरं—माझं नाव चेंचुलक्ष्मी सुब्रह्मण्यम् नाही! मी त्यांना म्हणणार होते— तुमच्या रँडॉल्फ ग्राव्हूर नावात 'र' सोडलं, तर प्रत्येक अक्षर हे जोडाक्षर आहे; त्याचं काय? पण मला 'जोडाक्षर'ला योग्य इंग्रजी शब्द आठवेना!

काल त्यांच्याकडे लंचला गेले होते. सर्व पदार्थ चविष्ट वाटले. मी सहज म्हटलं, "मटण छान झालंय!" तर मिसेस ग्राव्हूर म्हणाल्या, "ते मटण नव्हतं, बीफ होतं!" मी दचकलेच! गाईचं मांस! आम्ही हिंदू लोक गाय किती पवित्र मानतो, ते मी त्यांना सांगितलं. रँडाल्फ म्हणाले, "तेहतीस कोटी देव तुमच्या इंडियन गाईच्या शरीरात वस्तीला असतील, ब्रिटिश गाईच्या नव्हे! तुम्हाला इथलं बीफ खायला काय हरकत आहे?" मला त्यांचं म्हणणं पटलं. जेवल्यानंतर त्यांनी 'योगर्ट' नावाचा पदार्थ प्लॅस्टिकच्या पेल्यातून आणून दिला. ओळखा पाहू काय असेल ते? अगं, दही! दह्यासारख्या साजूक, सोज्वळ पदार्थाला योगर्ट? मग लोण्याला काय म्हणायचं? रॉबर्ट?

असो. दिवस मजेत चालले आहेत. बाबा-दादा, वैनीला नमस्कार सांग. पिंकी काय म्हणतो? शाळेत जातो की नाही? पत्राचं उत्तर लवकर पाठव.

तुझीच,
मंदा.

– ० – ० – ० –

नवसमाज सोसायटी,
अंधेरी, मुंबई
ता. १२.९.१९७८

प्रिय चि. मंदा,
अनेक आशीर्वाद.
तुझं पत्र मागंच मिळालं.

काय गं मंदे, मायना लिहिताना नुसतं 'सौ. आईस' लिहिलंस; 'त्रिकाल चरणी मस्तक ठेवून शिरसाष्टांग नमस्कार—विनंती विशेष'—काही नाही! तसंच 'ती रा. रा. बाबा' न लिहिता नुसतं 'बाबा, दादा, वैनी' एवढ्यावर तिघांची बोळवण केलीस! अगं, आपल्या संस्कृतीत हे बसतं का? ही इंग्रजी संस्कृती आपल्या घरात चालायची नाही, बरं का!

तू गोमांसभक्षण केलंस, हे वाचून मी अंबाबाईला साकडं घातलं. म्हटलं, देवी अंबाबाई, मुलीचे अपराध पोटात घे! तू इथं आलीस म्हणजे चांदीची—निदान स्टेनलेस स्टीलची—छोटी गाय बनवून घेऊ व ब्राह्मणाला दान करू; म्हणजे पापक्षालन होईल. मी वेगळ्या रजिस्टर्ड पोस्टानं तुला 'व्यंकटेशस्तोत्र' आणि 'शिवलीलामृत' पाठवीत आहे. रोज अंग धुतल्यावर व्यंकटेशस्तोत्र वाच. दर सोमवारी शिवलीलामृतमधला अकरावा अध्याय पठण कर.

मंदे, आपली संस्कृती केवढी मोठी - केवढी उज्ज्वल! सिंधू नदीच्या तीरावर आर्य आले आणि मोहेंजोदडो व हराप्पा या गावी त्यांनी संस्कृतीची मुहूर्तमेढ रोवली. गेली दोन हजार वर्षं आपल्या दिव्य संस्कृतीचा खळाळता प्रवाह, इथले सागर, नद्या, नाले, सरोवरे यांतून वाहतो आहे. संस्कृती म्हणजे तरी काय? एका थोर लेखकानं म्हटलं आहे—संस्कृती म्हणजे पिठलंभात! संस्कृती म्हणजे केळीचं पान आणि उदबत्त्यांचा घमघमाट! तिथं उदबत्त्या मिळतात की नाहीत? आणि उदबत्त्यांना काय म्हणतात? हंबर्ट की लोंबर्ट? उदबत्त्या मिळत नसल्या, तर मी इथून पाठवून देईन. पण भारतीय संस्कृती प्राणपणानं जपून ठेव. विसरू नकोस. तुझा स्वभाव विसराळू आहे, म्हणून पुन:पुन्हा सांगते.

चि. पिंकीला 'राजा शिवाजी प्रायमरी स्कूल'मधून काढून 'डॉन बॉस्को' कॉन्व्हेंटमध्ये घातलं आहे. मोठ्या मुश्किलीनं डॉन बॉस्कोमध्ये ॲडमिशन मिळाली. ज्या दिवशी त्याला ॲडमिशन मिळाली, त्या दिवशी शेखर आणि अलका खूपच आनंदात! शेखरनं मुद्दाम रजा काढली होती. आम्ही सर्वांनी तो दिवस सेलिब्रेट केला. शेखरची मित्रमंडळी आली होती. अलकानं कॉर्न सूप, तंदुरी चिकन, प्रॉन्स करी, जेली विथ आइस्क्रीम असा खास बेत केला होता. शेखरच्या एका बंगाली मित्रानं रेड वाइन आणली होती. जेवल्यानंतर तुझ्या

वडिलांनीसुद्धा ती घेतली. मी 'नको' म्हणत होते, तर पिंकी हट्ट धरून बसला. मीही थोडी घेतली. चवदार होती. द्राक्षासवापेक्षा चव चांगली होती. जेवणानंतर पिंकीनं 'जॅक अँड जिल, वेंट अप् द हिल' आणि 'ब्बा ब्बा ब्लॅक शीप' ही गाणी सुरेख म्हटली. सर्वांनी टाळ्या वाजवून त्याचं कौतुक केलं. त्या बंगाली मित्राच्या वाग्दत्त वधूनं 'आय काण्ट स्लीप विदौट यू'—इतक्या आर्त स्वरात म्हटलं की, पिंकीच्या डोळ्यांत पाणी आलं! एकंदरीत तो दिवस मजेत गेला.

चि. पिंकीच्या किती गंमती सांगाव्यात? चुरूचुरू इंग्रजी बोलतो. आपल्या पौराणिक व्यक्तींच्या नावाचे इतके गमतीदार उच्चार करतो! 'रामा किल्ड रावणा', 'लक्ष्मणा टोल्ड हनुमाना' ऐकलं की, माझी हसून मुरकुंडी वळते! सारखे कॉमिक्स वाचतो आणि माझ्या इंग्रजीतल्या चुका काढतो! परवा म्हटलं, 'डोण्ट कीप युवर खरकटं देअर!' तर, 'व्हॉट मॅन—यू डोण्ट नो गुड इंग्लिश मॅन! सिली!' असं म्हणाला गुलाम! स्कूलटीचरनं विचारलं—गांधीजी कोणतं कापड वापरीत असत? तर उत्तर दिलं, 'गांधीजी वॉज यूजिंग टू बाय टू!' आहे की नाही हुशार?

गणेश चतुर्थीच्या दिवशी बाईंना फोन केला, 'टीचर—हॅपी गणेशा!' अगं, 'हॅपी दिवाळी'प्रमाणं! दुपारी हट्ट धरून बसला—आज चिकन च्याव् च्याव् कर. मग सूर्य मावळल्यावर अलकानं त्याचा हट्ट पुरवला. डायनिंग रूममध्ये गणपती होता, म्हणून किचनमध्ये पाट घालून त्याला जेवायला वाढलं. पण पिंकीला मांडी घालून पाटावर बसताच येईना! मग डायनिंग टेबल किचनमध्ये न्यावं लागलं! अशा गमती!

तुझं कसं काय चाललं आहे? प्रकृतीची काळजी घे.

तुझी,
सौ. आई.

-०-०-०-

पेस्टॉलॉत्सी व्हिलेज,
ससेक्स, इंग्लंड
२५.९.१९७८

ती. सौ. आईस बालके मंदाचा त्रिकालचरणी मस्तक ठेवून कृतानेक

शिरसाष्टांग नमस्कार.

विनंती विशेष.

तुझं पत्र वाचून खूप आनंद झाला.

मी 'व्यंकटेशस्तोत्र' पाठ केलं आहे. रोज सकाळी अंग धुताना म्हणते. 'शिवलीलामृत'मधील अकरावा अध्यायही सोमवारी वाचणार आहे.

श्रावणातल्या शेवटच्या मंगळवारी लंडनच्या 'महाराष्ट्र मंडळा'त इथल्या बायकांनी मंगळागौर साजरी केली. सर्व बायका साड्या नेसून आल्या होत्या. काहींनी चक्क नऊवारी साड्या व नाकात नथी असा थाट केला होता. संध्याकाळी आम्ही फुगड्या खेळलो—मोठमोठ्यानं गाणी म्हटली. आमचा झिम्मा जोरात चालू असता पोलिसांची गाडी आली आणि 'नेबरिंग एरिआज'मध्ये 'डिर्स्टबन्स' होतो म्हणून त्यांनी नम्रपणानं आमचा हैदोस थांबवायची विनंती केली. आमच्यातल्या काही साळकाया-माळकाया पदर खोचून पोलिसांशी भांडायला निघाल्या. शेवटी आम्ही काही मुलींनी 'ही सदाशिव पेठ नाही, की हिंदू कॉलनी नाही; तूर्त त्यांचं ऐकावं हे बरं' असा सुज्ञ विचार त्यांना सांगितला, तेव्हा शांतता प्रस्थापित झाली. पण हा प्रकार घडेपर्यंत खूपच मजा आली यात शंका नाही!

तुला नवल वाटेल—आम्ही आमच्या 'इंडिया हाऊस'मध्ये गणेश चतुर्थी उत्साहानं साजरी केली. अनेक पाश्चात्त्य कुटुंबं 'एलेफंट गॉड' पाहायला आली होती. इथं एका हिंदू कारागिरानं छान मूर्ती घडवली होती. 'सुखकर्ता दु:खहर्ता—' आरती म्हणून व जमलेल्यांना प्रसाद वाटून रँडॉल्फ ग्राव्हूर आणि अन्य मंडळींना भारतीय संस्कृतीचं दर्शन घडवलं.

तू तुझ्या पत्रात कॉलनीतल्या लोकांची काही खबरबात कळवली नाहीस— मी ती जाणायला उत्सुक आहे.

ती. रा. रा. बाबा, दादा व सौ. वैनी यांना नमस्कार. चि. पिनाक ऊर्फ पिंकी यास अनेक आशीर्वाद.

तुझी आज्ञाधारक,
मंदा.

-०-०-०-

नवसमाज सोसायटी,
अंधेरी, मुंबई.
१४.१०.१९७८

प्रिय चि. मंदास अनेक आशीर्वाद.

तुझं पत्र वाचून खूप बरं वाटलं. भारतीय संस्कृतीची ध्वजा तू तिथं फडफडत ठेवलीस, यामुळे कंठ दाटून आला.

सध्या पाश्चात्त्य देशात नाना अत्याचार चालले आहेत. इंग्लंडमध्ये जे काही घडतंय, त्याच्या बातम्या मी आवर्जून वाचत असते. तिथल्या लोकांनी ताळतंत्र सोडलंय, असं वाटतं. कुणी लग्नाशिवाय एकत्र राहतात, कुणी वर्षातून सरासरी एकदा घटस्फोट घेतात! कुमारी मातांचं प्रमाण खूप वाढलंय, असं वाचलं. संस्कृतीची मूल्यं पायदळी तुडवली जाताहेत. हे कुठवर चालणार आहे? खून-मारामाऱ्या या गोष्टींना तर तिथं ऊत आलाय म्हणे! तू सुखरूपपणे इथं पोचलीस म्हणजे गंगेत घोडं न्हालं. एक वर्ष पूर्ण करून आलीस तरी चालेल; उगाच मुदतवाढ मागू नकोस. वास्तविक, लग्नापूर्वी मुलींनी बाहेर जाऊच नये. नवऱ्याबरोबर जावं.

बापाला बाप न म्हणणाऱ्या आणि नवऱ्याशी फटकून वागणाऱ्या पाश्चात्त्य संस्कृतीच्या तुलनेनं आपली संस्कृती किती महान, किती उच्च! एकपत्नी व्रत सांभाळलं प्रभू रामचंद्रानंच. सावित्रीनं पातिव्रत्याच्या पुण्याईवर नवऱ्याला यमाच्या हातून सोडवून आणलं. पांडवांनी आईच्या आज्ञेचं पालन करून द्रौपदीशी विवाह केला. केवढे महान आदर्श आपल्या संस्कृतीत आहेत! अशा संस्कृतीची जपणूक तू तिथं करते आहेस, हे योग्यच आहे. अगं, मंगळागौरी, गणेश चतुर्थी, व्यंकटेशस्तोत्र पठण हे त्या संस्कृतीचे बाह्य आविष्कार आहेत. या विधींमुळे मन प्रगल्भ होतं. थोर तत्त्वं आचरणात आणण्यानं मनाला शिस्त लाभते. शरीर अंतर्बाह्य शुचिर्भूत होतं.

मागल्या पत्रात तुला कॉलनीतल्या घटना लिहायच्या विसरून गेले. गेल्या दोन-तीन महिन्यांत खूप काही घडलं आहे.

अपर्णाताई दोन आठवड्यांपूर्वी घाणेकरांना सोडून एकाएकी नाहीशा झाल्या. चार वर्षांचा मुलगा व दीड वर्षांची मुलगी यांना सोडून ही विवाहित

बाई कुठं गेली असेल, असं तुला वाटतं? नवऱ्याचा एक बुटानी की चपलानी नावाचा सिंधी मित्र आहे, त्याच्याकडे गेली म्हणे! नवऱ्यानं किती विनवण्या केल्या, मुलांना पायावर घातलं; पण ढिम् ऐकायला तयार नाही! कॉलनीत या प्रकारामुळे खूपच खळबळ उडाली आहे!

'बी' बिल्डिंगमध्ये राहणारे दामले तुला ठाऊक आहेत ना? तात्यासाहेब दामलेंनी बायको गेल्यावर दुसरं लग्न न करता एकुलत्या एका मुलाला वाढवलं. सगळ्या खस्ता खाल्ल्या. मुलानं वडिलांचे पांग कसे फेडावेत? त्यांच्या त्या तरुण वयात टक्कल पडलेल्या मुलाच्या लग्नाला आपण गेलो होतो मागल्या वर्षी. तर, नव्या सुनेला वृद्ध सासऱ्याची अडगळ व्हायला लागली. परवा मुलानं वडिलांना बाहेरचा रस्ता दाखवला. तात्यासाहेब काकुळतीनं म्हणाले, ''मला फक्त गॅलरीत झोपण्यापुरती जागा दे रे!'' पण मुलगा त्वेषानं म्हणाला, ''सुईच्या अग्रावर राहील इतकीसुद्धा जागा तुम्हाला मिळणार नाही!'' तात्यासाहेब आता कुठं तरी वृद्धाश्रमात राहतात, असं कळलं.

अगं, ती प्रधानांची ऊर्मिला तुला ठाऊक आहे ना गं? एवढीशी बुटकी—उंची पाच फूटसुद्धा नसेल! तर, तिनं काय करावं? आपल्या शेजारच्या देशपांड्यांकडे त्यांचा तो भाचा आला होता बघ—काळा गेला, उंच आणि काटकुळा. नोकरीच्या शोधात होता. सिगारेटी फुंकत बसायचा दिवसभर जिन्याखाली. त्याच्याशी ऊर्मिलेनं सूत जमवलं. हॉटेल, सिनेमा—तिच्या पैशावर दोघांनी चैन केली. व्हायचं तेच झालं. ऊर्मिलेला दिवस गेले. गणेश चतुर्थीच्या सुमारास ऊर्मिला आणि तिची आई दोघींचा दहा-बारा दिवस पत्ता नाही. का ते कळलं ना? एवढं सगळं झालं तरी मान वर करून कॉलनीत हिंडत असते ऊर्मिला आणि तिची ती लठ्ठंभारती आईसुद्धा!

मागल्या आठवड्यात 'डी' बिल्डिंगमध्ये केवढा गोंधळ! सावंतांची बायको माहेरी गेली होती. घरात तरुण मोलकरीण कामाला. दुपारी चार वाजता ती कपडे सुकत घालत होती. सावंतांनी तिचा हात धरून तिला बेडरूममध्ये नेलं आणि तिच्यावर बलात्कार केला म्हणे! पुन्हा वर 'कुणाला सांगशील तर ठार मारीन', म्हणून सुरा घेऊन तिच्यामागे धावले! ती

मोलकरीण आणि तिचा नवरा सावंतांविरुद्ध तक्रार घेऊन पोलीस स्टेशनवर गेले. पण त्यांना दाद देतोय कोण? सावंतांचा थोरला भाऊ पोलिसांत बडा ऑफिसर आहे. सावंतांनी आणखी दहा बलात्कार केले तरी तो थोरला भाऊ त्याला वाचवील, म्हणून मेला गुर्मीत असतो!

सध्या शेखरचं फ्रेंड सर्कल खूपच वाढलं आहे. आठवड्यातून एकदा तरी घरात वेट पार्टी असते. अलका व्हिस्कीचा एखाददुसरा पेग घेते. मी क्वचित ग्लासभर वाईन घेते. परवा गंमतच झाली. तुझे बाबा आपल्या खोलीत 'पुरुषार्थ' वाचत बसले होते. अलका ग्लास घेऊन तिथं गेली आणि सासऱ्याला पिण्याचा आग्रह करू लागली! शेवटी मी मध्ये पडले. म्हटलं, *त्यांना नको आग्रह करूस; त्यांना ताकसुद्धा चढतं!* शेखरची व त्याच्या मित्रांची हा प्रकार पाहून हसून मुरकुंडी वळली!

एक बातमी म्हणजे, अलकानं केसांचा बॉब-कट केला आहे. काल ती मिडी घालून बाहेरून आली, तेव्हा मीसुद्धा तिला ओळखू शकले नाही! तुझ्यापेक्षा लहान वाटली!

पिंकीच्या किती खोड्या सांगू? सध्या त्याला टेपरेकॉर्डरचं वेड लागलंय. मला विचारायला लागला, ''ग्रॅनी, डू यू नो अब्बा?'' मी म्हटलं, ''मला बाबा-आबा ठाऊक! आबांना 'इंग्रजीत' 'अब्बा' म्हणतात की काय?'' तर म्हणतो कसा—''यू सिली ओल्ड गर्ल!'' दिवसरात्र 'सॅटरडे नाइट फीव्हर' मधल्या रेकॉर्ड्स लावतो आणि कोण ट्रॅव्होल्टा आहे ना, त्याच्यासारखा डान्स करत असतो!

बाकी ठीक आहे. वरचेवर पत्र लिहून तिथल्या हकिगती कळव.

तुझी,
सौ. आई.

•••

.४.
बाजारात तुरी...

कॉलेजच्या स्टाफरूममध्ये मी मासिक चाळत बसलो होतो. एक लेक्चर झालं होतं. पुढलं लेक्चर दीड तासानंतर होतं. मधला वेळ घालवण्यासाठी मी टेबलावर इतस्तत: विखुरलेली मासिकं एकत्र करून त्यांवरून नजर फिरवीत होतो.

कोपऱ्यात काही तरी वाचत बसलेला एक अस्ताव्यस्त केसांचा तरुण माझ्याजवळ आला.

"मी राजीव नवाथे."

"हो का? छान!" मी म्हणालो.

"हां, तुम्हाला पाहिल्यासारखं वाटलं खरं स्टाफ मीटिंगमध्ये."

"केमिस्ट्री प्रॅक्टिकल्स हा माझा पोटापाण्याचा व्यवसाय! माय फर्स्ट लव्ह इज थिएटर."

"थिएटर?" मला नीटसं कळलं नाही, हे त्याच्या ध्यानात येईल, अशा स्वरात मी विचारलं.

"नाटक! मराठी रंगभूमीवर काही तरी विशेष करावं... आजकाल जी कोंडी दिसते, ती फोडावी."

"कोंडी? मला नाही दिसत कुठं कोंडी! आज नाटकवाल्यांना चांगलेच दिवस आलेयत! निर्मात्यांनीच काय, नाटककारांनीसुद्धा

गाड्या घेतल्यायत!''

''पण ती उर्जितावस्था नव्हे, ती प्रगती नव्हे; ती सूज आहे!''

''सूज? असेल असेल?'' खरोखरी मला प्रगती की सूज, कसं ओळखावं हे नीटसं कधी उमगलंच नाही! ''मग तुम्ही यासाठी काय करणार आहात?''

''आज मराठी रंगभूमीला सणसणीत नाटकं हवीत; त्याशिवाय ही सूज उतरणार नाही! मराठी प्रेक्षकांना कुंकू, तुळशीवृंदावन, मंगळसूत्र वगैरेंचा जसा कंटाळा आलाय तसा सेक्सचा, चावट विनोदांचा, द्व्यर्थी डायलॉग्जचा वीट आलाय!''

''हो ना! मला तर नवनाट्यातली ती कवाईत, ती फ्रीज दृश्यं, ते प्रेक्षकांतून उड्या मारीत येणं—हेही सगळं नकोसं वाटायला लागलंय.''

''यू सेड इट! तर, मी येत्या रविवारी तुमच्याकडे येऊ?'' राजीव नवाथेनं प्रश्न केला.

''या ना. पण कशासाठी? आपण दोघं या विषयात काय करू शकणार?''

''तुमची ती कादंबरी—तिच्यावर नाटक लिहू या म्हणतो—''

मी गुळमुळत विचारलं, ''तुमचा पहिलाच प्रयत्न का?''

''छे हो, खानोलकरांच्या दोन कादंबऱ्यांवर नाटकं लिहिलीयंत! एक आय. एन. टी. कडे आहे, दुसरं पणशीकरांकडे—''

''पणशीकर?''

''प्रभाकर पणशीकर हो! नाट्यसंपदा!''

''हां—हां!''

''पणशीकरांना नाटक भयंकर आवडलं. पाहू—एक-दोन महिन्यांत काढू या म्हणतात.''

''छान! आणि आय. एन. टी.?''

''नेक्स्ट प्रॉडक्शन माझंच, असं त्यांनी प्रॉमिस केलंय! तर, येऊ ना?''

''या ना!''

''संध्याकाळीच येतो—आरामात बसता येईल!''

मी होकार दिला खरा, पण हे 'बसणं' ह्या प्रकारची मनातून धास्ती घेतली आहे! आतापर्यंत अनेक निर्माते—'तुमच्या त्या अमुक कथेतून काही निघतं का पाहू'-'तुमची ती कादंबरी फर्स्ट क्लास! यावरून नाटक बसवता येईल.' असं म्हणून माझ्या घरी 'बसून' ऊर्फ व्हिस्की पिऊन न् जेवूनबिवून गेले आहेत! दोघे-तिघे 'मस्त स्क्रीनप्ले होईल, सिनेमा काढू या बेफामपैकी,' असं ठामपणे सांगून माझ्याकडे 'बसून' गेले आहेत! त्यामुळे कुणी 'बसू या' म्हणालं, की आपल्याला पन्नास-साठ रुपयांचा भुर्दंड पडणार न् आपले तीन-चार तास वाया जाणार, अशी खूणगाठ मी मनाशी बांधतो!

तर, राजीव नवाथे रविवारी संध्याकाळी माझ्याकडे बसायला आला. केवळ चहा, चिवडा मिळेल, अशी त्याची अपेक्षा असावी; पण त्यानंच काय पाप केलंय्, असं स्वत:ला विचारून मी ड्रिंकची व्यवस्था केली होती. सोडा, आइसक्यूब्ज वगैरे तयारी पाहून तो चेकाळला. आयनेस्को अजून एकाही मराठी नाटककाराला कसा कळला नाही, त्याच्या 'दी चेअर्स'चा कसा चुथडा करण्यात आला, त्याचं 'व्हिनोसेट्स' हे कसं श्रेष्ठ नाटक आहे, 'दी किलर'मधला माणसाचा ॲलिएनेशनपणा कसा जीवघेणा आहे, यावर त्यानं माझं दोन तास बौद्धिक घेतलं. शेवटी व्हिस्कीचा चौथा पेग घेताना, ''तुमच्या कादंबरीतील अनुभूतीचं जे डायमेन्शन आहे, ते आयनेस्कोच्या तोंडात मारील असं आहे—'' असा त्यानं साभिनय अभिप्राय दिला. तेव्हा त्याला नाटक पुरतं चढलं आहे, हे मी जाणलं. ''तुमच्या कादंबरीवर तपशीलवार चर्चा झाली पाहिजे. आणखी एकदा बसू या—'' ह्या त्याच्या सूचनेवर मी ''जरूर बसू, पण तुमच्या घरी,'' असं चाणाक्षपणे उत्तर दिलं. जाताना तो माझ्या कादंबरीची प्रत मागून घ्यायला विसरला नाही.

एकदा मी कॉलेजच्या ऑफिसमध्ये कामासाठी गेलो होतो, तेव्हा राजीव नवाथे फोनवर बोलत बसलेला दिसला. मी अकाउंटंटकडील माझं काम संपवून निघालो, तेव्हा नवाथे माझ्याकडे धावत आला.

''हां, काय म्हणता नाटककार?'' मी म्हटलं.

''दामूचा फोन होता—'' मी न विचारता त्यानं आपण होऊन सांगितलं.

“कोण दामू?”

“दामू केंकरे हो!” माझ्या अज्ञानाची कीव करीत तो उत्तरला, “अनुईच्या नाटकाचं मी अ‍ॅडॅप्टेशन केलंय. दामू बेहद्द खूष आहे त्यावर.”

“वा! चांगली बातमी आहे! त्यांना बसवायचं आहे?”

“हो ना! पण मी मोहनना प्रॉमिस केलंय—”

“कोण मोहन? वाघ की तोंडवळकर?” मला तसं नाट्यव्यवसायातलं मुळीच कळत नाही, असं नाही!

“मोहन वाघ हो! तोंडवळकर सध्या बिझी आहेत; पण त्यांनी नाटक मागितलंय माझ्याकडून! तुमच्या कादंबरीवरलं नाटक त्यांना देऊ या म्हणतो!”

“वा, छान! अवश्य द्या!”

“एकदा बसलं पाहिजे डिस्कशनला!”

“बसू, बसू. तूर्त मी जरा कामात आहे.” असं म्हणून मी सटकलो. आमचा स्वभाव पडला भिडस्त; थांबलो असतो तर आणखी एक संध्याकाळ नवाथेचं बौद्धिक ऐकण्यात (माझ्या घरी) घालवावी लागली असती!

राजीव नवाथे अधून-मधून कॉलेजच्या लायब्ररीत, बस-स्टॉपवर, स्टेशनवर दिसायचा. कधी त्याच्या हातात इंग्रजी नाटक असायचं, तर कधी मराठी कादंबरी. “सध्या ‘पिरांदोलो’ वाचतोय. त्याचं ‘नेकेड’ आणि ‘अ‍ॅज यू डिझायर मी’, फँटॅस्टिक! ‘सिक्स कॅरेक्टर्स इन सर्च ऑफ अ‍ॅन ऑथर’च्या फंदात मराठी रंगभूमी का पडली, हे मला कोडंच आहे!” असं जाता-जाता तो मला सांगायचा. “टेनेसी विल्यम सध्या किती जोरात! सेक्स आणि व्हायोलन्स मराठी थिएटरमध्ये घुसवलं टेनेसी विल्यम्सनं! तेंडुलकरांची नाटकं त्याच्या नाटकांवर बेतलेली—” उगाच जाता-जाता त्याची कॉमेन्ट्री चालू असायची! हा गृहस्थ केमिस्ट्रीची प्रॅक्टिकल्स घेतो कधी, हेच मला समजेना! पोटॅशियम परमँगनेटला के. एम. एन. ओ फोर ऐवजी चुकून ‘युजीन ओनिल’ म्हणायचा! बिचाऱ्या बी. एस्सी.तल्या पोरांना प्रायोगिक रंगभूमीचा फॉर्म्युला समजावून द्यायचा! नाटकाची पुस्तकं सांभाळीत तो केमिस्ट्रीच्या लॅबोरेटरीत शिरलेला पाहिल्यावर मला ‘येथे शास्त्रीय संगीत शिकविण्यात येईल.’; खाली ‘येथे पापड, सांडगे आणि लोणचीही मिळतील.’

या कुठं तरी वाचलेल्या फलकाची आठवण यायची!

एकदा मी कँटीनमध्ये चहा पीत बसलो होतो. राजीव नवाथे माझ्यासमोर येऊन बसला. आजूबाजूला कानोसा घेऊन काही तरी खासगी सांगावं तसं खालच्या आवाजात विचारू लागला—"एक विचारू?"

"जरूर. एक का, दहा विचार!"

"आपले मराठीतले नाटककार - वसंत कानेटकर, मधुसूदन कालेलकर नाटकाच्या एका प्रयोगामागं किती रॉयल्टी घेतात हो?" त्याचा स्वर चिंतातुर झाला होता.

"घेत असतील दोनशे-अडीचशे! खरं म्हणजे, मला नीटशी कल्पना नाही!"

"दोन-अडीचशेच फक्त? नाटककाराला समाजात प्रतिष्ठा यावी म्हणून प्रयोगामागं किमान पाचशे रुपये मिळाले पाहिजेत!"

"हो ना! निर्माते तेवढे देत असतील, तर नाटककार तरी का म्हणून नाकारील?"

"नाटककारानं तेवढे मागितले पाहिजेत! नाटक लिहिणं म्हणजे काय चेष्टा आहे? रक्त आटवून नाटक लिहायचं—पडलं तर सर्वांदेखत अब्रू जाते! ते काय तुमच्या कादंबरीसारखे आहे? एकट्यानं वाचायची-आवडली नाही तर बाजूला टाकायची! नाटक म्हणजे अब्रू घेणारा, जीवघेणा प्रकार! आणि त्यासाठीच प्रयोगामागं फक्त दोन-अडीचशे?"

"जाऊ द्या हो—तुम्ही का मनाला लावून घेताय? नाटककार न् निर्माता पाहून घेतील! तुम्ही चहा घ्या तूर्त, एक कप भरून."

"चहा पिईनच; पण पाचशे रुपये मोजून घेईन निर्मात्याकडून!"

"असं? तुमचं नाटक—"

"हं! कमलाकर सारंग म्हणताहेत बसवतो; पण जब्बार म्हणतोय मला दे—"

"जब्बार?"

"जब्बार पटेल हो! आता दोघांनी मागितल्यावर—"

"सोपं आहे! जो कोणी प्रयोगामागं पाचशे रुपये रॉयल्टी देईल,

त्याला द्यायचं! प्या—चहा प्या!''

चहा पिता-पिता राजीव नवाथेनं मला दिलासा दिला, ''तुमच्या कादंबरीवर नाटक लिहितोय ना, त्याचा आराखडा तयार आहे.''

''हो का? छान!''

''मग कधी बसू या? येत्या रविवारी घरी आहात?''

मी धोरणीपणानं म्हणालो, ''तुमच्या या नाटकाची गडबड चालू आहे ना, एकदा ती संपू दे. ते स्टेजवर येऊ दे. मग पाहू! तुम्ही कुठं जात नाही, मी कुठं जात नाही.''

आठवडाभर राजीव नवाथे स्टाफरूममध्ये दिसला नाही. कुठं कॉलेजमध्येही त्याचं अस्तित्व जाणवलं नाही. मनात आलं, याचं नाटक कुणी तरी घेतलेलं दिसतंय. चला, बरं झालं, गंगेत घोडं न्हालं!

आणि माझा तर्क खरा ठरला. एक दिवस राजीव नवाथे कुठून तरी घाईघाईनं आला. मी वर्गाकडे निघालो होतो. मला आडवा येत तो म्हणाला,

''आनंदाची बातमी!''

''हो का? ते दिसतंच आहे तुमच्या तोंडावरून.''

''माझ्या नाटकाचा काल मुहूर्त झाला!''

''अरेच्चा! मग आम्हाला नाही बोलावलंत?''

''तसा माझा कन्व्हेन्शनल गोष्टीवर विश्वास नाही! नारळ, नटराजाची पूजा—हे सगळं फालतू!''

''ठीक! नाटक दिलं कुणाला?''

''एका नव्या निर्मात्याला दिलंय! तरुण आहे, धाडसी आहे! हे जुने, प्रथितयश निर्माते आहेत ना—ते झालेयत बुरसटलेल्या विचारांचे. जुनाट प्रवृत्तींचे!''

''चांगलं केलंत! एका नव्या होतकरू निर्मात्याला पुढं आणलंत! नाव काय तुमच्या नाटकाचं?''

''नाटकाला नाव हवंच कशाला?''

''नाव असलेलं बरं! निनावी नाटकाला लोक केवळ नाव नाही म्हणून अनुल्लेखानं मारायचे!''

"नाव आहे ना. नाटकाला नाव हवंच कशाला?"

"अरेच्चा! पुन्हा तेच!"

"अहो, तेच नाव आहे. नाटकाचं नाव म्हणजे, नाटकाला नाव हवंच कशाला?"

"आय सी! मग निदान 'गंगेत घोडं न्हालं' ठेवायचं!"

"का म्हणून?" त्यानं गंभीरपणे विचारलं.

"आपलं सहज! नाटकाचा विषय काय आहे?" मी हळूच विषय बदलला.

"पाहा एकदम रंगभूमीवर! छटाक अनुई, दोन छटाक टेनेसी विल्यम्स, तीन छटाक आयोनेस्को—"

"ते झालं; पण राजीव नवाथे किती छटाक आहे?"

"ते तुम्ही ओळखायचं! हे नाटक मराठी रंगभूमीला वेगळं वळण लावणार आहे. मराठी नाटकाचं संकुचित क्षितिज रुंदावण्यासाठी माझं नाटक सिंहाचा वाटा उचलणार आहे!"

"वा वा—फारच उत्तम!" मी माझ्या संकुचित वर्गाकडे वळलो. राजीव नवाथे आपल्या क्रांतिकारक, स्फोटक नाटकाकडे वळला.

जवळजवळ महिनाभरानी तो मला एका रेडिमेड कपड्याच्या दुकानात भेटला. मी माझ्या मुलांसाठी तयार कपडे खरेदी करायला दादर टी. टी. ला गेलो होतो. राजीव नवाथे एका काउंटरपाशी उभा होता. त्याच्याबरोबर दोन तरुणी होत्या. स्त्रियांचे विविध प्रकारचे वस्त्रविशेष तो उलगडून पाहत होता आणि त्यावर चर्चा करीत होता.

माझ्याकडे लक्ष जाताच तो धावत पुढं आला.

"ती मॅक्सी घातलेली आहे ना, ती आमच्या नाटकातली हिरोईन!"

"असं होय?"

"आणि ती गजरा घातलेली हिरोईनची आई— म्हणजे नाटकातली!"

"पण तुम्ही कसे ह्यांच्याबरोबर?"

"नाटकाची ड्रेपरी सिलेक्ट करतोय! वेशभूषा का काय म्हणतात, ती!"

"पण तुमच्यावर ही का वेळ आली?"

"मी पैसे घातलेत ना प्रॉडक्शनमध्ये!"

"म्हणजे?"

"अहो, त्या होतकरू निर्मात्याकडे पैसे कुठं होते! दोन-तीन आठवडे तालमी झाल्या; मग म्हणाला, कुठून तरी सात-आठ हजार आणा, तेवढे पैसे कमी पडताहेत!"

"मग तुम्ही तेवढे पैसे आणले?"

"आपल्या कॉलेजच्या को-ऑपरेटिव्ह क्रेडिट सोसायटीकडून पाच हजारांचं कर्ज काढलं. बँकेतली शिल्लक काढली. कसेबसे पैसे उभे केले!"

"बरं केलंत! एवढ्या परिश्रमानं तुम्ही नाटक लिहिलेलं."

"अहो, केवळ सात—आठ हजारांसाठी मराठी रंगभूमी एका क्रांतिकारक नाटकाला मुकली असती! मी आत्मस्तुती नाही करीत, खरंच सांगतोय!"

तेवढ्यात हिरोईन आमच्यापाशी आली आणि एक वस्त्रविशेष आपल्या शरीरावर बेतत म्हणाली, "अहो नवाथे, हा मिनीस्कर्ट कसा दिसेल मला?"

"वा! सुरेख! पण घालून पाहायला हवा, मग कळेल. आधी ती अंगावरली मॅक्सी काढा."

"इश्श! हे हो काय?"

"इथं नव्हे हो, तिथं छोटी रूम आहे ना कपडे बदलण्यासाठी." हिरोईनपेक्षा राजीव नवाथे लाजून लालबुंद झाला होता.

"आणि नवाथेजी, मला कुठला रंग चांगला दिसेल?" हिरोईनची आई मान वेळावत विचारू लागली.

नवनाट्यातल्या वेशभूषेसंबंधी त्यांचा परिसंवाद सुरू झाला. त्यात मला रस नसल्यानं मी मुलांना घेऊन काढता पाय घेऊ लागलो. नवाथे धावत माझ्या मागं आला.

"पुढल्या रविवारी दुपारी चार वाजता पहिला प्रयोग आहे."

"वा! जरूर येईन मी!"

"किती तिकिटं ठेवू, पाच तिकिटं ठेवू दहा रुपयांची, की हितचिंतक म्हणून देणगी देता एकावन्न रुपये? मग तिकिटं काढायची गरज नाही!"

मी क्षणभर विचार केला आणि म्हटलं.

''पाच तिकिटंच द्या दहा-दहा रुपयांची. तेवढाच एक रुपया वाचेल.''

माझ्याकडचे पन्नास रुपये घेऊन तो समाधानानं पुन्हा दुकानाच्या अंतर्भागाकडे वळला. मराठी रंगभूमीच्या कक्षा रुंदावण्यासाठी तेवढंच माझं कॉंट्रिब्युशन!

रविवारी दुपारी मासळीचं जेवण जेवून मी गाढ झोपलो होतो. तीन वाजता सौ.नं. उठवलं. चडफडत उठलो. नाटकाला जाण्याची तयारी केली. आमचं चौकोनी कुटुंब आणि सौ.चा भाऊ असे पाच जण निघालो. नाटक 'सस्पेन्स'पूर्ण असेल तर प्रारंभ चुकवणं इष्ट नव्हतं. तेव्हा घड्याळाकडे पाहिलं आणि टॅक्सी करून थिएटरकडे आलो.

थिएटरवर शुकशुकाट होता.

आमच्यासारखेच राजीव नवाथेचे आणखी काही हितचिंतक जांभया देत उभे होते. नवाथे तिकिटाच्या काउंटरपाशी उभा होता.

''दुष्ट आहेत सारे लोक, दुष्ट आहेत!'' तो संतापानं थरथरत होता. नवाथे एवढा संतापू शकतो, हे आणखी कुणी सांगितलं असतं तर मी विश्वास ठेवला नसता. ''तिकिटं घेतली, देणग्या देऊन आमंत्रणं घेतली; आणि नाटक पाहायला येण्याइतकी दानत नाही म्हणजे काय? एका क्रांतिकारक नाटकाला साधं प्रोत्साहन देण्याची हिंमत नाही? एकेका अंकात एक लग्न आणि एक मृत्यू, तुळशीवृंदावन, कुंकू - मंगळसूत्र हा मसाला असता तर तोबा गर्दी केली असती साल्यांनी!''

''जाऊ दे हो नवाथे, निवडक प्रेक्षकांच्या उपस्थितीत शुभारंभाचा प्रयोग... एकदा ओरल पब्लिसिटी झाली की तुफान गर्दी होईल!''

मी हळूच तिकिटाच्या प्लॅनवर नजर टाकली. निमंत्रित, हितचिंतक सोडल्यास बाकीचा प्लॅन रिकामा.

अर्धा पाऊण तास वाट पाहून शेवटी पंचवीस-तीस प्रेक्षकांच्या उपस्थितीत 'नाटकाला नाव हवंच कशाला?'चा प्रयोग सुरू झाला. रंगभूमीवर एक्झॅटली काय चाललंय याचा पत्ता लागेपर्यंत नाटकाचा पहिला अंक संपला.

बराच वेळ झाला. दुसरा अंक सुरू होईना. मुलं कंटाळली. सौ.चा भाऊ डाराडूर झोपला होता. (हिचाच भाऊ तो! असो!) हीसुद्धा चुळबुळ करू लागली. एवढ्यात राजीव नवाथे घामाघूम होऊन माझ्यापाशी आला.

"तुमच्याकडं कॅश आहे?" त्यानं विचारलं.

"कॅश? किती हवी?"

"दीडशे तरी हवी. हिरोईन नाइट हातात पडल्याशिवाय पुढल्या अंकात काम करायला तयार नाही."

सौ. आमचं संभाषण ऐकत होती. ती म्हणाली, "अहो, पण नाइट झालीय कुठं अजून?"

मी तिला खूण करून गप्प राहण्याचा इशारा दिला. बससाठी दोन तीन रुपये ठेवून उरलेले सत्तर-पंचाहत्तर रुपये त्याच्या स्वाधीन केले आणि तो गेल्याचं पाहून सौ.ला आणि मुलांना घेऊन तिथून बाहेर पडलो.

सौ.च्या निद्रिस्त भावाला आमचा प्रतिनिधी म्हणून आम्ही तिथंच सोडून आलो.

यानंतर तीन-चार महिने तरी राजीव नवाथेनं तोंड दाखवलं नाही.

एकदा कॉमनरूम मीटिंग झाल्यावर माझ्यापाशी आला. "तुमच्या कादंबरीवरचं नाटक तयार होत आलंय, बरं का." तो म्हणाला.

मी म्हटलं, "सावकाश लिहा, घाई नाही आपल्याला."

"यापूर्वीच तयार झालं असतं, पण मी जरा बिझी होतो."

"कॉलेजचं काम?"

"छे-छे, पु. शि. रेग्यांच्या कादंबरीवर नाटक लिहिलंय. रामकृष्ण नाईक मागताहेत."

"रामकृष्ण नाईक."

"धी गोवा हिंदू असोसिएशनचे हो!"

"असं-असं!"

"पण मी राजाराम शिंदेंना शब्द दिलाय."

"कोण शिंदे?"

"नाट्यमंदारचे हो!"

"मग आणखी एक नाटक लिहून टाका."

"गुड आयडिया! कामू, काफ्फा मराठी रंगभूमीवर नीटसे रुजलेले नाहीत, अशी माझी प्रामाणिक समजूत आहे."

"तुम्ही का नाही रुजवत? तुम्हाला ते खात्रीनं जमेल." मी म्हटलं.

"तेच करतो." तो समाधानानं म्हणाला आणि कामू, काफ्का या मंडळींना ताब्यात घेण्यासाठी लायब्ररीकडे वळला...

●●●

.५.
अन्नछत्र आणि मिरपूड

मुंबईहून आम्ही लायन्स स्पेशल बसनं बंगलोरला गेलो होतो. बंगलोरच्या एका 'फाइव्ह स्टार हॉटेल'मध्ये 'भारतातील दारिद्र्य' या विषयावर दोन दिवसांचं चर्चासत्र होतं. तिथल्या लायन्सनी ते आयोजित केलं होतं. भारताला ग्रासणाऱ्या या ज्वलंत समस्येवर साधकबाधक चर्चा व्हावी, त्या चर्चेत जास्तीत जास्त लायन्सनी भाग घ्यावा, या हेतूनं त्यांनी मुंबई-पुण्याच्या लायन्सना मुद्दाम निमंत्रित केलं होतं. बंगलोर-म्हैसूर पाहावं, मनसोक्त भटकावं, सवड मिळाली तर भारतातल्या दारिद्र्यावर प्रकाशझोत टाकावा—असा आम्हा मुंबईकरांचा कार्यक्रम होता.

पंचतारांकित हॉटेलमधील दारिद्र्यावरील चर्चा खूप रंगली. प्रत्येक लायन इतक्या पोटतिडकीनं बोलत होता की, चर्चासत्र कधी संपतं आणि पोटभर कधी जेवतो, असं त्याला होऊन जाई. दारिद्र्याच्या विविध बाजूंवर बोलताना प्रत्येकाचा इतका कंठशोष होई की, स्कॉच व्हिस्कीचा ग्लास कधी एकदा ओठाला स्पर्श करील, असं होऊन जाई.

तात्पर्य, समाजकार्याची नशा सर्वांना चढली होती. आपापल्या उद्योगात सर्व रमले होते; पण त्याचबरोबर सामाजिक बांधिलकीनं सर्व जण कासावीस झाले होते. भारतातील दारिद्र्याचा

कधी एकदा बंदोबस्त करतो, असं सर्वांना झालं होतं. 'लायन्स क्लब'चे डॉक्टर्स यापुढे वेळोवेळी झोपडपट्ट्यांत जाऊन (औषधी कंपन्यांकडून फुकट मिळणारे) औषधं वाटणार होते. साखर कारखानदारांनी आपल्या आपल्या कारखान्यात तयार होणारी रम गरिबांना वीस टक्के सूट देऊन विकण्याची घोषणा केली. युनेस्कोकडून ग्रँट मिळवून ती गरिबांना फुकट देण्याची योजनाही काहींनी आखली.

चर्चा आटोपून आसपासच्या प्रेक्षणीय स्थळांना भेटी देऊन आम्ही लायन्स मुंबईला परतण्याच्या तयारीत होतो. भरपूर समाजसेवा केल्यामुळे प्रत्येक लायन तृप्तीचे ढेकर देत बसला टेकून उभा होता. आता पाच वर्षं तरी समाजाच्या ऋणातून आपण मुक्त झालो, असा भाव प्रत्येकाच्या गुबगुबीत गालांवरून व दुहेरी हनुवटीवरून निथळत होता.

तेवढ्यात बंगलोरचा एक लायन आपल्या फियाटमधून आला आणि दत्त म्हणून आमच्यासमोर उभा राहिला.

"बरं झालं, तुम्ही अजून बंगलोर सोडलं नाही." तो धापा टाकत म्हणाला, "मला वाटलं, तुम्ही मुंबईच्या वाटेवर असाल."

"काय झालं?" मी विचारलं.

"तुम्हा सर्वांना समाजकार्याची आणखी एक अमोल संधी मिळणार आहे."

"म्हणजे?" लायन कुटमुटिया घाबरून ओरडला, "आणखी कुठं सेमिनार वगैरे अॅरेंज करताय की काय? नो, नो—आता आणखी समाजसेवेसाठी वेळ काढता येणार नाही!"

"तसं काही नाही हो!" लायन बसप्पा तवनप्पा म्हणाला, "तुमच्या मुंबईची एक मायनर मुलगी तुम्हांला मुंबईला परत घेऊन जायची आहे हणम्या हुच्चमनी नावाच्या श्रीमंताच्या एका कार्ट्यानं तिला फूस लावून इथं आणलं. दोघं हॉटेलात होती. हुच्चमनी शिमोग्याचा आहे. चार दिवस राहून तिला फसवून पळून गेला; शिमोग्याला की आणखी कुठं, बसवेश्वर जाणे!"

"मग काय, आम्ही त्या हणम्या हुच्चमनीला शोधून आणायचं?" लायन फर्निचरमेकरनं प्रश्न केला.

"नो सर! त्यापेक्षा सोपं काम! त्या मायनर मुलीला मुंबईला तिच्या घरी पोचवायचं. ती वांद्र्याला कुठं तरी राहते. तिला पत्ता ठाऊक आहे! हॉटेलवाल्यानं तिला आणून आमच्या प्रेसिडेंटकडे पोचवलं. मी इथल्या क्लबचा 'टेल ट्विस्टर' आहे. तर, तिला मुंबईला पोचवायचं काम प्रेसिडेंटनं माझ्यावर सोपवलं. तुम्ही मंडळी भेटला ते बसवेश्वराचे उपकार! नाहीतर हिचं काय करायचं हा माझ्यापुढं प्रश्नच होता!"

"पण मायनर म्हणजे किती वर्षांची आहे?" सतीश ओझानं चौकशी केली.

"सोळा सतरा वर्षांची असेल!"

"आय सी! आहे कुठं ती?" सतीश ओझानं आता समाजसेवेत फारच रस घ्यायला सुरुवात केली.

"ही काय गाडीतच तर आहे."

बसप्पा तवनप्पानं तिला बाहेर येण्याची खूण केली.

फियाट कारमधून उतरलेली ती मुलगी मायनर? मेजर होऊन तीन चार वर्षं झाल्यासारखी दिसत होती कार्टी. रंग विटल्यासारखी निळ्या रंगाची जीन, पुढल्या बाजूस भलताच ताणला गेलेला पिवळा टीशर्ट, कानशिलावर झेपावणारे अवखळ, आखूड केस आणि केसामागे दिसणारे मिस्किल, भिरभिरते डोळे!

समाजसेवेचं व्रत क्षणभर विसरून सर्व लायन्सनी मानवी पातळीवर येऊन हणम्या हुच्चमनीचा मनातल्या मनात मत्सर केला असेल!

माझ्या मनात आलं, हा स्फोटक पदार्थ हणम्या हुच्चमनी या विनोदी नावाच्या उडाणटप्पू तरुणावर फिदा झाला तरी कसा? त्यानं हिला फूस लावली तरी कशी? (बाय द वे, फूस लावायची म्हणजे एक्झॅक्टली काय करायचं असतं?)

"नाव काय तुझं?" फर्निचरमेकरनं विचारलं.

"किन्नरी पुनवानी." ती मृदू आवाजात उत्तरली.

"किन्नरी? वा! नाव सुरेख आहे!" सतीश ओझाला हे म्हणायची गरज होती काय? बिचारीवर प्रसंग कोणता गुदरलाय!

"तुमचं सामान कुठं आहे? बॅग-बिग?" कुटमुटियानं विचारलं.

"काय तरी तुम्ही मुंबईचे लोक!" बसप्पा तवनप्पा छद्‌मी हसत म्हणाला.

"अहो, सिसवनळी स्टेशनच्या गुड्स क्लार्कला जे समजतं, ते तुम्हा मुंबईच्या सुधारलेल्या मंडळींना नाही समजत! महाराज, बॅग-बिग बरोबर असायला ही किन्नरी की यक्षीण पिकनिकला आली होती काय? पाऽप! तिला हणम्यानं फसवून इथे आणलं."

"माझ्या अंगावरच्या या कपड्यानिशी मी बाहेर पडले!" त्या आगाऊ बसप्पा तवनप्पाला मध्येच थांबवून किन्नरी म्हणाली.

"म्हणजे, गेले चार दिवस तू हेच कपडे घालतेस?" मी सहानुभूतीपूर्वक विचारलं. बाकी हणम्याबरोबर चार दिवस हॉटेलात राहणाऱ्या या पोरीच्या अंगावर हे कपडे किती काळ होते, ते हणम्याचा तो बसवेश्वर जाणे!

"प्रवासात आपण एक-दोन मुक्काम तरी करणार! मला वाटतं, आपण हिला एक-दोन कपड्यांचे जोड घ्यावेत." सतीश ओझानं सूचना केली.

"चालेल. हे समोरचं रेडिमेड कपड्यांचं दुकान दिसतंय! किन्नरी, तुला काय घ्यायचे ते कपडे घे!"

"इथं नकोत कपडे घ्यायला! स्टेशन रोडला खूप चांगली दुकानं आहेत, तिथं व्हरायटी मिळेल! आपण तिकडे खरेदी करू!" किन्नरी उदगारली.

मी चमकलोच! मनात म्हटलं, अरे वा! अन्नछत्रात जाऊन मिरपूड मागण्याचा प्रकार मोठा अजबच आहे! पण करणार काय? समाजसेवेचं व्रत घेतल्यावर सर्व गोष्टींना तोंड द्यायची तयारी हवी!

सतारवाला मला बाजूला घेऊन म्हणाला, "प्रोफेसर, ही नसती बिलामत कशाला अंगावर ओढून घेताय?"

डॉक्टर हळकुंडे हळूच म्हणाले, "हे पाहा, आपण तेवीसच्या तेवीस पुरुष आहोत. ह्या एकट्या मुलीची कटकट कशाला आपल्यामागं? उगाच नसती भानगड उपटायची मधल्यामध्ये!"

कुटमुटिया म्हणाले, "डॉक्टर हळकुंडे, तिचं वय काय; आपलं

काय? तशी ती आपल्या मुलीसारखी!''

"तुम्ही म्हणा हो तसं! सगळे लायन्स तसं म्हणायला कबूल आहेत काय?'' मी मूलभूत शंका उपस्थित केली.

दरम्यान, लायन बसप्पा तवनप्पा यांनी पोबारा केला!

आम्ही बसमध्ये बसलो. किन्नरी वर चढली. बस प्रथम स्टेशनरोडला नेली.

अर्धा-पाऊणतास किन्नरी, सतीश ओझा आणि फर्निचरमेकर कपड्याच्या दुकानात होते. किन्नरीनं मॉड ड्रेसेस खरेदी केले. चांगले तीन-चारशे रुपयांचे! आम्ही तेवीस जणांनी वर्गणी काढून तिचं बिल देऊन टाकलं. ठरलेल्या वेळेपेक्षा दीड तास उशिरा बेंगलोरहून निघालो.

मी किन्नरीजवळ बसून तिची हकिगत हळूहळू काढून घेतली.

कपड्याचा ठोक व्यापार करणाऱ्याची ती मुलगी. हणम्या हुच्चमनी वडिलांच्या पेढीवर कामासाठी यायचा. तिथं तिची त्याच्याशी ओळख झाली. त्यानं तिच्याशी गोड बोलून आपल्याबरोबर बंगलोरला आणलं. हॉटेलमध्ये चार दिवस मजा केली. पाचव्या दिवशी सकाळी ती उठली, तेव्हा तो पसार झालेला! हॉटेलचं बिल भरून गेला होता. हॉटेलमालकानं पोलिसांची कटकट नको म्हणून तिला समाजसेवेचं कंकण बांधलेल्या लायन्स क्लबच्या हवाली केलं. हणम्याचं नाव घेतलं की ती रडायची! तेव्हा तिला पुन्हा त्याबाबतीत छेडायचं नाही, असं आम्ही ठरवलं.

दुपारी आम्ही एका गावी जेवणासाठी थांबलो. उडुप्याच्या एका स्वच्छ उपाहारगृहात पंचवीस शाकाहारी थाळ्या आम्ही मागवल्या. तेवीस लायन्सी, किन्नरी आणि ड्रायव्हर.

भूक लागली होती. त्यामुळे आम्ही सर्व लायन्स शाकाहारी जेवणावर तुटून पडलो. किन्नरीकडे माझं लक्ष गेलं.

पुढ्यात थाळी ठेवून ती सुन्नपणे समोर पाहत गप्प बसली होती.

"किन्नरी, काय झालं ते झालं; उगाच मनाला लावून घेऊ नकोस. उपाशी राहून काय होणार आहे?'' मी समजूत घालायच्या सुरात म्हटलं.

"मला व्हेजिटेरियन जेवण चालत नाही!'' किन्नरी म्हणाली.

"पण इथं नॉनव्हेज मिळणार नाही!" कुटमुटिया चीड लपवीत म्हणाले.

"मी दुसरीकडे लंच घेईन!" किन्नरीनं शांतपणे जाहीर केलं.

जेवण आटोपून आम्ही 'शेरे पंजाब' की अशाच एका हॉटेलात गेलो. सूप, चिकन मसाला, मटण बिर्याणी, आइस्क्रीम असा भरगच्च कार्यक्रम झाल्यावर किन्नरीनं समाधानानं ढेकर दिली. तोपर्यंत आम्ही तेवीस लायन्स केळी, सफरचंद असा फराळ करत होतो.

दिवसभर प्रवास करून रात्री आम्ही हुबळीला मुक्कामाला आलो. एवढ्या लोकांची सोय सर्वसामान्य हॉटेलात होणं कठीण होतं. पण उंची हॉटेलात आम्हाला जागा मिळाली. त्या हॉटेलात तीन एअरकण्डिशण्ड सूट होते आणि बाकी साऱ्या नॉन-एअरकण्डिशण्ड सिंगल व डबल रूम्स होत्या. कुणाची कशी सोय करावयाची यावर आम्ही चर्चा करत असताना किन्नरीनं घोषणा केली, "मी एअरकण्डिशण्ड रूममध्ये झोपेन."

"आपल्या साऱ्यांची सोय एअरकण्डिशण्ड रूममध्ये होणार नाही! तीनच तर सूट्स आहेत! आपण मिळतील तेवढ्या डबल रूम्स आणि उरलेल्या सिंगल रूम्स घेऊ. एका रात्रीचा तर प्रश्न!" डॉ. हळकुंडे म्हणाले.

"तुम्ही मंडळी कुठंही झोपा, मी एअरकण्डिशण्ड रूममध्ये झोपेन!" किन्नरी पुन्हा उद्गारली.

"अरे वा! त्या उडाणटप्पू हणम्याबरोबर पळून येऊन—" पण किन्नरीनं कुटमुटियाचं वाक्य पुरं होऊ दिलंच नाही! ती कपाळावर आडवा हात ठेवून जोरजोरानं हुंदके देऊ लागली!

सतीश ओझा तिची समजूत घालण्यासाठी तिच्या पाठीवरून हात फिरवण्यासाठी पुढं सरसावला; पण सतारवाल्यानं डोळे मोठे करून त्याला रोखलं!

डॉ. हळकुंडे, कुटमुटिया या मंडळींना मी बाजूला नेलं आणि म्हटलं, "एकदा ही बया मुंबईला सुखरूप पोचली की सुटलो! क्लबच्या टोपीत तेवढंच एक पीस! (हे मी इंग्रजीत म्हणालो!) तोपर्यंत तिला सांभाळून घ्या! त्या मवाली हणम्याचं नाव काढू नका; तिच्या कलानं घ्या!"

त्या लायन्सनी गुरगुरत ते मान्य केलं! तेवढ्यात किन्नरी सावरली होती. रुमालानं डोळे पुशीत होती. मध्येच ती ओरडली, "माय गॉड!"

"आता काय झालं?" मी घाबरून विचारलं.

"मी झोपायचं कसं?"

"का बरं? एअरकण्डिशण्ड रूममध्ये बेड असणारंच की!"

"छी-छी! बेडचं नाही हो! माझ्याकडे नाइट गाऊन नाही! जीन, बेलबॉटम घालून मी झोपणार कशी?"

"मग त्या मवाल्याबरोबर.... हाय् हाय्! मेलो! मेलो!" कुटमुटियांच्या पायावर मी बुटाचा पाय किती जोरानं दाबला असेल याची चाणाक्ष वाचकांना कल्पना यावी!

"किन्नरी, डोण्ट वरी! मी घेऊन येतो नाइट सूट तुझ्यासाठी! हवा तर त्यावर गाऊनही आणतो!" मी म्हटलं.

"आणि प्रोफेसर, एक छोटी सूटकेसही आणा. हे सगळे कपडे ठेवू कुठं मी? कागदात बांधून शॅबी दिसतात!"

"आणखी काय हवं, ते आत्ताच सांग! नाही तर मध्यरात्री आम्हांला उठवशील!" छद्‌मी बोलण्यात फर्निचरमेकर कुणाला हार जाणार नाही!

पण किन्नरी पडली (बसप्पा तवनप्पाच्या म्हणण्याप्रमाणे) मायनर मुलगी! तिला बोलण्यातलं छद्‌म काय कळणार? तिनं उभ्या-उभ्या एक यादी तयार केली. त्या यादीत टूथब्रशपासून लिपस्टिकपर्यंत असंख्य किरकोळ पदार्थ होते!

त्या सर्व वस्तू खरेदी करण्यासाठी मी व डॉ. हळकुंडे हुबळीच्या बाजारात तासभर हिंडत होतो! "आयला! आमच्या घरच्या मंडळींसाठी आजवर कधी खरेदी केली नाही!" डॉ. हळकुंडे अधूनमधून मला बजावीत होते आणि बिलाच्या वाढत्या आकड्यांकडे पाहून मी कासावीस होत होतो!

आम्ही हॉटेलकडे परतलो, तेव्हा मंडळी व्हिस्की पीत बसली होती. किन्नरी एका बाजूला बसून लायन्सच्या गप्पा ऐकत होती. मला पाहून ती उठली. सगळ्या वस्तू तिने ताब्यात घेतल्या. मग ती उठताना म्हणाली, "माझ्या रूमला अॅटॅच्ड बाथरूम आहे ना, तिथे छानपैकी टब आहे.

मस्तपैकी टबबाथ घेते आता.''

'ठीक आहे, तुझा बाथ होईपर्यंत आम्ही ड्रिंक्स संपवतो. तू आल्यावर आपण डिनरला जाऊ.''

तिच्या पाठमोऱ्या आकृतीकडे सतीश ओझा पाहत राहिला. थोड्या वेळानं म्हणाला, ''मला वाटतं, मी किन्नरीच्या रूमकडे गेलेलो बरा!''

''का? तुझं तिथं काय काम आहे?'' तरुण लायन्स ओरडले.

''अरे, तिच्यावर पाळत ठेवायला नको? तिथूनच पळून गेली तर?'' सतीश ओझा उठून गेलासुद्धा!

''हे मात्र खरं! तुम्ही दोघे-तिघे तिच्या खोलीच्या दारावर पाळत ठेवा—जमलं तर बाथरूमच्या दारावर! पळून गेली तर बसप्पा तवनप्पा आपल्या क्लबला बदनाम करायचा! एकदा या महामायेला घरी पोचवून तिच्या आई-वडिलांकडून पोचपावती घेतली, की सुटलो!'' डॉ. हळकुंडे वैतागून म्हणाले.

''आपल्या क्लबच्या टोपीत तेवढंच आणखी एक पीस!'' हे मी इंग्रजीत म्हणालो!

''आपण ही स्टोरी मुंबईच्या वर्तमानपत्रांत छापून आणू!'' कुटमुटिया म्हणाले.

''त्या मुलीबरोबर एक फोटो काढून घेऊ या का वर्तमानपत्रात छापायला?'' सतारवाला विचारू लागले.

''घ्या! म्हणजे त्या मुलीची कायमची बदनामी! तिचं शिक्षण, लग्न, सगळं व्हायचं आहे अजून!'' मी म्हणालो.

''शिक्षण, लग्नाचं सोडा; बाकी सगळं मात्र झालंय पोरीचं!''

''तो हणम्या हुच्चमनी लेकाचा लकी गाय!''

''शुक्‌! शुक्‌ऽऽ त्याचं नाव घेऊ नकोस! तिनं ऐकलं तर भोकाड पसरेल!''

''हो-हो! आता भोकाड पसरतेय! तिथं बंगलोरच्या हॉटेलात—''

मंडळी ड्रिंक्स घेत कॉमेंट्स करत होती. किन्नरी आमच्यात कधी येऊन जीन घेत बसली, हे कळलंच नाही!

कुटमुटिया चौथा पेग संपवीत म्हणाले, ''माय डियर गर्ल, वॉट आय कॅन डु फॉर यू? तुला कसलं जेवण हवं? व्हेज, नॉनव्हेज, पंजाबी... गोवन फिश.''

''जीन घेतल्यावर मी चायनीज डिशेस प्रिफर करते!'' किन्नरी भिरभिरत्या डोळ्यांनी म्हणाली, ''कॉर्न सूपके चिकन चावचाव, मॅकेरोल मशरम्स! नुसती नावं घेतली तरी तोंडाला पाणी सुटतं!''

ड्रिंक्स आटोपून आम्ही रात्री अकरा वाजता चायनीज रेस्टॉरंट शोधत निघालो!

दुसऱ्या दिवशी सकाळी ब्रेकफास्ट आटोपल्यानंतर बसनं हुबळी शहरात एक चक्कर मारावी, असा बूट डॉ. हळकुंडे यांनी काढला. तास-दीड तास फिरावं आणि मग मुंबईच्या दिशेनं कूच करावं, असं ठरलं.

''तुम्ही सगळे जा; मी टबबाथ घेते.'' किन्नरी म्हणाली.

''अगं पण किन्नरी, तू बाथ घेतल्यावर मग जाऊ! तुला हुबळी पाहायचं नाही का?'' मी विचारलं.

''मी हुबळी शहर पाहिलंय.'' ती उत्तरली.

''कुणाबरोबर? त्या हणम्याबरोबर?'' कुणी तरी सहज विचारलं आणि किन्नरी डोळ्यांवर हात आडवा ठेवून एकाएकी मुसमुसू लागली. बाकी पोरीची अगदी कमाल! 'हणम्या'तल्या 'ह'चा उच्चार केला तरी मुसमुसायला सुरुवात!

शेवटी किन्नरीला न घेता आम्ही तेवीस लायन्सनं जाण्याचं ठरलं.

तेवढ्यात सतीश ओझा मला बाजूला घेऊन हळूच म्हणाला, ''मी मागं राहतो; तिला एकटीला सोडून जाणं बरं नाही!''

''तू? मला वाटतं, आपण कुटमुटियांना मागं राहायला सांगू! ते बसतील 'टाइम्स' वाचत! तुम्हा तरुण पोरांची आजकाल भीती वाटते! कुटमुटिया सेफ!'' मी हसत म्हटलं.

ओझा खट्टू झाला. मी मनात म्हटलं, आता होऊ दे! मुंबईला एकदा पोचलो आणि त्या महामायेला घरी पोचवलं की त्याचा राग काढता येईल!

कुटमुटियांनी मागं राहण्याचं ठरवलं. आपल्या वयोमानानुसार आपल्यावर

आलेली जबाबदारी पार पाडणं, हे आपलं कर्तव्य असल्याचं त्यांनी उदारपणे मान्य केलं. आम्ही बसमध्ये बसत असताना किन्नरीनं धावत येऊन आपल्या पायाचं माप माझ्या हातात कोंबलं. हुबळीत लेडीज शूज चांगले मिळतात, असं तिला कुणी तरी सांगितलं होतं म्हणे! 'आलिया भोगासी' म्हणत ते माप मी घडी करून खिशात घातलं!

आम्ही दीडएक तासानं हॉटेलकडे परत आलो. कुटमुटिया व्हरांड्यात छातीवर 'टाइम्स'ची घडी टाकून जोरजोराने घोरत होते! पहारेकरी झोपलेला; राजकन्या कुठे गायब झाली नाही म्हणजे मिळाली!

आणि पाहतो तो काय, राजकन्या खरंच नाहीशी झालेली!

एअरकण्डिशण्ड रूम उघडून आम्ही आत आलो.

किन्नरीचा पत्ता नव्हता! तिचे कपडे, सूटकेस काही काहीसुद्धा नव्हते!

आम्ही धावत खाली गेलो. लॉजमध्ये जाऊन मॅनेजरपाशी चौकशी केली. त्यानं आपल्यापरीनं धावपळ केली आणि शेवटी जाहीर केलं की, हॉटेलमध्ये दोन वर्षांपूर्वी कामाला लागलेला हेड वेटर सकाळपासून गायब आहे! हॉटेलमधल्या चौथ्या मजल्यावरच्या त्याच्या खोलीत त्याच्या वास्तव्याची एकही खूण शिल्लक राहिलेली नाही!

"आता काय हुबळी शहर धुंडाळायचं तिच्यासाठी?" सतारवाला हताश होऊन म्हणाला.

"घ्या—म्हणजे जंगलात सुई शोधण्याचा प्रकार!" फर्निचरमेकर खिदळला.

"तरी मी म्हणत होतो, मी मागं राहतो!" सतीश ओझा हळहळला.

"मग ती तुझ्याबरोबर पळून गेली असती, म्हणजे?" डॉ. हळकुंडेंनी मूलभूत शंका उपस्थित केली.

मी चर्चा थांबवली. "चला मंडळी, आपण मुंबईच्या मार्गाला लागू! आपल्या क्लबच्या टोपीच्या नशिबात आणखी एक पीस नव्हतं, त्याला आपण तेवीस लायन्स काय करणार?"

सर्व जण जड पावलांनी बसमध्ये चढले!

●●●

·६·
डॉक्टरीणबाईचं सौंदर्यशास्त्र

डॉक्टरच्या बायकोनं 'ब्युटी पार्लर' उघडावं काय? आणि समजा, उघडलं, तर ते घरात उघडावं काय?

पहिल्या गोष्टीला माझा थोडाबहुत विरोध होता, तर दुसऱ्या गोष्टीला माझा सक्त विरोध होता.

पण नवऱ्यानं दिलेला शहाणपणाचा सल्ला मुकाट्यानं स्वीकारणारी बायकोही प्रदर्शनात ठेवावी अशी दुर्मिळ वस्तू! वसुंधरा त्या दुर्मिळ बायकांत जमा होण्यासारखी नव्हती. ती चारचौघींसारखी नवऱ्याचा सल्ला थंडपणानं धुडकावून लावणारी!

वास्तविक, वसुंधरा मराठी घेऊन एम. ए. झालेली. वाङ्‌मयाची विद्यार्थिनी. पण संत वाङ्‌मयाची तिला ॲलर्जी असल्यामुळे, व्याकरण विषयात परंपरेच्या आहारी न जायची तिची वृत्ती असल्यामुळे आणि 'नवकाव्य हे काव्यच नव्हे' असे परखड विचार मांडल्यामुळे प्राचीन पद्य, व्याकरण व अर्वाचीन काव्य या तिन्ही पेपरांत तिच्या अपेक्षेपेक्षा कमी मार्क मिळाले! (त्याबाबतीत माझा तिच्याशी मतभेद आहे; पण ते असो) परिणामी, ती तिसऱ्या वर्गात उत्तीर्ण झाली. तर, मराठी घेऊन एम. ए. तिसऱ्या वर्गात उत्तीर्ण होणाऱ्या मुलीला कुठं नोकरी मिळणार? संधी मिळाली की बोहल्यावर चढण्याव्यतिरिक्त तिच्यासमोर

अन्य पर्याय कोणता असणार? तिचं भाग्य एवढंच की, तिला माझ्यासारखा डॉक्टर नवरा मिळाला!

लग्नानंतर ती बरेच दिवस एम. ए. मराठीच्या धुंदीत होती. स्वातंत्र्योत्तर-काळातील मराठी कथेच्या प्रेरणा कोणत्या, नाट्यछटा हा वाङ्मयप्रकार लुप्त का झाला, दलित कवितांचं व्यवच्छेदक लक्षण काय, या विषयांवर ती माझ्याशी वाद घालायचा प्रयत्न करायची. माझी मतं विचारायची. पण त्या विषयांवर माझी काहीच मतं नव्हती; कारण तिला लिव्हर सिऱ्हॉसिस आणि अपेंडिसायटिस या विषयांवर जेवढं कळे, तेवढंच मला तिच्या विषयांत कळे! ग्रेचं 'ॲनॉटॉमी' तिनं एकदा सहज उघडून पाहिलं आणि 'ईऽगं बाई' हा केवलप्रयोगी उद्‌गार काढून तिनं ते मिटवून टाकलं ते पुन्हा कधीही न उघडण्यासाठी. तिनं मोठ्या हौसेनं माहेराहून आणलेल्या एम. ए. च्या जाडजूड पुस्तकांसंबंधीचा माझा दृष्टिकोन फारसा वेगळा नव्हता! लग्नानंतर वर्षभरातच मला तिच्या ज्ञानाच्या मर्यादा व तिला माझ्या ज्ञानाच्या मर्यादा कळल्या. माझ्याशी वाङ्मयीन समस्यांवर वाद घालण्याचे अयशस्वी प्रयत्न तिनं कायमचे सोडून दिले. हळूहळू ती स्वत:च ते विषय विसरून गेली.

एक दिवस ती वैतागानं म्हणाली, "मला घरी अगदी कंटाळा येतो! सकाळ-संध्याकाळ तुमची डिस्पेन्सरी—रविवारी मित्रांबरोबर ब्रिज—माझा वेळ कसा जायचा?"

"अगं, वाचन कर— क्लब जॉईन कर— महिला मंडळात जा! मन रिझवायची आजकाल किती तरी साधनं आहेत!"

"मी सौंदर्यशास्त्राचे धडे घेऊ का?"

"सौंदर्यशास्त्र?" मी दचकलोच. "म्हणजे तुझे ते कोण कांट, रसेल, पाटणकर, लवंदे, पाध्ये—"

"ते नव्हे हो सौंदर्यशास्त्र! ते मी कधीच विसरून गेले!"

"मग कुठलं बुवा?"

"स्त्रियांचं सौंदर्य वाढवायचं शास्त्र! ब्युटी पार्लर तुम्ही पाहिलंय कधी?"

"बाहेरून पाहिलंय! तुला दोन-चारदा सोडलं नाही का कारमधून, पेडर रोडवर पार्लरपाशी?"

"तर, तसलं ब्युटी पार्लर उघडावं म्हणते!"

"तू उघडणार? तुला त्यातलं काय कळतं? उद्या माझा एखादा पेशंट म्हणाला— मी डिस्पेन्सरी उघडतो— तर—"

"अहो, पण मी त्याचा कोर्स करीन आधी! सहा महिन्यांचा इंटेन्सिव्ह कोर्स आहे... हजार रुपये फी—"

"हजार रुपये?" तूर्त मुंबईची हवा उत्तम होती. त्यामुळे डिस्पेन्सरीत कामगार विमा योजनेचे पेशंट सोडल्यास शुकशुकाट!

"पुरे हं! एवढे मोठे डॉक्टर तुम्ही— हजार रुपये म्हणजे चार दिवसांची मिळकत!"

मी काही बोललो नाही. झाकली मूठ उघडा कशाला? आपल्या मिळकतीसंबंधीच्या बायकोच्या गैरसमजाचं निराकरण लग्नानंतर पाच-सहा वर्षं करायचं काय कारण? त्यानंतर ते करावं लागत नाही; ते आपोआप होतं!

"गप्प काय बसलात? हवं तर पुढल्या वर्षी मला दोन साड्या कमी घ्या तुम्ही!" वसुंधरेनं तडजोड सुचवली.

"ठीक आहे— गो अहेड!"

त्यानंतर वसुंधरा 'सौंदर्यशास्त्रांच्या' धुंदीत सहा महिने होती. येता - जाता ती 'इंग' प्रत्ययान्त शब्द वापरून मला हैराण करू लागली, थ्रेडिंग- ब्लीचिंग -वॅक्सिंग यांतला फरक मी न विचारता मला समजावून सांगू लागली. कधीही तिच्याकडं पाहिलं तर हातावर, पायावर किंवा चेहऱ्यावर पट्ट्या चिकटवलेल्या असत. रात्री झोपताना ती अंड्याचा बलक अगर तत्सम पदार्थ डोक्यावर चोपडी. त्या वासानं माझं डोकं भणभणायचं. पण कोर्स संपला की हे प्रकार बंद होतील आणि वसुंधरा पुन्हा माणसांत येईल याची मला खात्री होती.

सहा महिने झाले. एकदाचा कोर्स संपला आणि एकदा नखं कापता कापता (या साध्या गोष्टीला मॅनिक्युअरिंग हे लांबलचक नाव कशासाठी, कोण जाणे!) ती म्हणाली, "माझा ब्युटी कोर्स संपला!"

"आनंदाची गोष्ट!"

"आता मी घरी ब्युटी पार्लर उघडू या म्हणते!"

मी पडून इंग्रजी मासिक वाचत होतो. एकदम उठून बसलो. "काय म्हणालीस?"

"आपल्या घरी ब्युटी पार्लर उघडायचं!"

"अगं, पण जागा कुठं आहे आपल्याकडे?"

"तो बाहेरचा हॉल नाही का? पाहा तरी मी तिथं कशी ॲरेंजमेंट करते! अकरा ते पाच ब्युटी पार्लर; सकाळ-संध्याकाळ ड्रॉइंग रूम."

"अकरा ते पाच बायका येणार आपल्याकडे?"

"हो—नवरे ऑफिसात गेले म्हणजे बायका मोकळ्या होतात. संध्याकाळी ते ऑफिसातून घरी यायच्यापूर्वी बायकांना त्यांच्या स्वागतासाठी हजर राहावं लागतं! माझ्या ब्युटी पार्लरमुळे नवऱ्यांना कधी घरी येऊ आणि दिवसेंदिवस सुंदर दिसणाऱ्या बायकोला पाहू, असं होईल!"

"वसुंधरे, ते सगळं खरं, पण तुझा नवरा दुपारी एक-दीडला दवाखान्यातून परत येतो आणि सहा वाजता परत जातो, हे तू विसरलीस काय? दुसऱ्यांच्या नवऱ्यांची पंचाईत करताना घरच्या नवऱ्याला—"

"पुरे हं! तुम्ही जेवता आणि दोन-अडीच तास चांगले ताणून देता! तुम्हांला माझ्या क्लायंटचा त्रास नाही होणार!" माझ्या विरोधाला भीक न घालता तिनं एका सुमुहूर्तावर हॉलमध्ये 'खजुराहो ब्युटी पार्लर' उघडलं. बिचाऱ्या 'खजुराहो' शिल्पातल्या बायका! प्रियकराची, नवऱ्याची शारीरिक सेवा करण्यात गुंतलेल्या—त्यांना वॅक्सिंग, मॅनिक्युअरिंग करायला वेळ मिळायचा की नाही, कोण जाणे!

एकंदरीत स्त्रियांत सौंदर्यशास्त्राची आवड फार वाढली असावी. मी दुपारी दवाखान्यातून दमून आलो तर माझं जेवण डायनिंग टेबलावर झाकून ठेवलेलं असायचं! हॉलच्या दिशेकडून स्त्रियांचा कलकलाट ऐकू यायचा! एकदा मी दही कुठं ठेवलंय हे विचारायला हॉलमध्ये डोकावलो, तेव्हा वसुंधरा चक्क हातात कात्री घेऊन एका तरुणीचे केस कापत असलेली दिसली. मराठी घेऊन एम. ए. झालेल्या मुलीनं तसलं नाभिक कर्म करावं याचा मला इतका विषाद वाटला की मी त्यानंतर हॉलकडे न जायचा निर्णय घेतला!

एक मात्र फायदा झाला—मी जेवून बेडरूममध्ये शिरलो की तऱ्हेतऱ्हेचे

सुगंध तिथं दरवळलेले असायचे. त्या सुगंधाच्या धुंदीत झोप चट्कन लागायची! हॉलमधल्या माझ्या औषधाच्या कपाटाची बाहेरच्या रूमकडे हकालपट्टी झाली होती. शेजारपाजारचा कुणी पेशंट आला की, त्याला तपासायचं काम मी पूर्वी हॉलमध्ये करायचो. आता ते बाहेरच्या बाहेर होऊ लागलं. एक बरं होतं-घरी येणारे पेशंट क्वचित लाभायचे-खजुराहो ब्युटी पार्लरला मात्र क्लायंटची ददात नव्हती.

त्या दिवशी वसुंधरा घरी नव्हती. लग्नकार्यालयातली 'आऊट डोअर ड्युटी' ती घ्यायची. नवरीला रिसेप्शनसाठी नटवायचं काम ती करायची. (रेडिमेड, अंबाडे, क्लिप्स, रूज, लिपस्टिक वगैरे फालतू वस्तू ठेवायची तिची बॅग माझ्या बॅगेपेक्षा किती तरी पटीनं क्यूट होती!) तर, डॉक्टरीणबाई त्या दिवशी 'व्हिजिट'ला गेल्या होत्या. मनात म्हटलं, 'चला-आज कुणाचा कलकलाट नाही. शांतपणे वामकुक्षी करावी!'

पण झोपायला जातो तेवढ्यात बेल वाजली. चडफडत मी दार उघडलं. दारात एक तरुणी उभी.

"या!" मी स्वागत केलं. "काय हेअरकट घ्यायचाय, की नखं कापून घ्यायची आहेत?"

"इश्श!" ती लाजून म्हणाली.

"काय हवंय तुम्हाला? कुणाला भेटायचंय?"

"माझा चेहरा ओढल्यासारखा नाही वाटत तुम्हाला? नखं पाहा ना कशी फिकटली आहेत! मुंबईची हवा मुळीच पचत नाही मला!"

"तुम्ही मुंबईला प्रथमच आलाय?"

"हो! राजापूरहून येऊन पंधरा दिवस झालेत! काकांकडे आलेय. काकूनं तुमच्याकडे जायला सांगितलं."

"माझ्याकडे?"

"खरं म्हणता, काकू म्हणाली— डॉक्टरीणबाई तुला योग्य ती ट्रीटमेंट देतील-पण-"

"तुमच्या काकूंचा गैरसमज झालाय—ट्रीटमेंट मी देतो—माझी बायको म्हणून ती डॉक्टरीण—झोपा पाहू या बाकावर."

ती उताणी झोपली मी तिची नाडी पाहिली. जीभ, डोळे तपासले.

"तुमच्या शरीरात रक्त कमी झालंय. ॲनिमिक प्रकृती—रक्तात हिमोग्लोबिन कमी आहे. आपण ब्लड तपासून घेऊ. डॉक्टर गोडबोलेकडे पाठवतो मी मग तुम्हाला के. ई. एम. मध्ये—तूर्त मी तुम्हांला गोळ्या देतो! तुम्हांला इंजेक्शनची भीती वाटते का?"

"नाही."

"कमरेवर आयर्नसाठी इंजेक्शन्स द्यावी लागतील! बारा इंजेक्शन्सचा कोर्स आहे—"

"अगंबाई, एकदम बारा?"

"असं करू—आता मी एक इंजेक्शन देतो, गोळ्या लिहून देतो—घ्या. मग ब्लड रिपोर्ट आल्यावर पुढल्या ट्रीटमेंटचं बघू. नाव काय तुमचं?"

"सुकांती साखळकर."

"आज नाही वाटत, पण ट्रीटमेंट पूर्ण झाल्यावर नाव सार्थ वाटेल!"

"म्हणजे?"

"तुमची कांती निश्चितच चांगली दिसेल!"

"इश्श-खरंच? त्याच्यासाठी तर मी आले ट्रीटमेंटला! काकूनं तुमच्याबद्दल ग्यारंटी दिलीच होती!" जाताना सुकांती साखळकरनं विचारलं, "आता पुन्हा कधी येऊन ट्रीटमेंटसाठी?"

"मला वाटतं—पॅथॉलॉजिकल टेस्टसाठी थांबायची गरज नाही!" मी म्हटलं, "इंजेक्शनचा कोर्स पूर्ण केला तर तुम्हाला निश्चित बरं वाटेल. तरतरी येईल! एक दिवसाआड यायला हरकत नाही. या वेळी या किंवा संध्याकाळी पाच वाजल्यानंतर."

दोन दिवसांनी दुपारी बेल वाजली. मी आणि वसुंधरा दोघंही दार उघडायला धावलो. दारात सुकांती होती.

तिनं एकवार वसुंधरेकडे पाहिलं मग माझ्याकडे पाहिलं आणि खांदे उडवून ती इंजेक्शन घेण्यासाठी ज्या बाकावर झोपतात—त्या बाकाच्या दिशेने निघाली.

वसुंधरा आपल्या (कोरलेल्या) भिवया उडवीत आपल्या क्लायंटला

पॅडिक्युअरिंग करायला निघून गेली.

तिसऱ्यांदा सुकांती आली, तेव्हा मी वामकुक्षी करत होतो. वसुंधरेचा आवाज बाहेरून ऐकू आला—''डॉक्टरसाहेब, तुमचा पेशंट!''

सुकांतीची पाच-सहा इंजेक्शन्स झाली असतील. एक दिवस दवाखान्यात मी कामगार विमा योजनेखालच्या एका पेशंटला नेहमीप्रमाणं (खोटं) मेडिकल सर्टिफिकेट देत असताना फोन वाजला.

''हॅलो, मी घाटपांडे बोलतोय—''

''बोला घाटपांडे, काय खबरबात? सगळं काही ठीक?'' मी चौकशी केली.

''ठीक कसलं डॉक्टर— सगळा घोटाळा झाला!''

''घोटाळा?'' मनात आनंदलो. घाटपांडे म्हणजे जबर असामी. कुणी आजारीबिजारी असेल, तर शे-दोनशेला मरण नाही!

''माझ्या बायकोचे सुरेख केस—खरं सांगतो डॉक्टर, तिच्या सुंदर अन् लांबसडक केसांकडे पाहून मी तिच्याशी लग्न केलं.''

''अहो, पण घाटपांडे, तुमच्या बायकोचं कौतुक करण्यासाठी एवढ्या घाईघाईनं फोन करायची काय गरज आहे?''

''आता कसलं कौतुक न् काय!''

''काय, झालं काय?''

''तुमच्या बायकोनं तिचे ते सुरेख केस नुकतेच कापून टाकले!''

''कापून टाकले? पण का म्हणून?''

''सकाळपासून तिचं डोकं दुखत होतं, म्हणून मी तिला तुमच्या घरी पाठवलं. तुमची वाट पाहत ती खुर्चीवर बसली. तुमच्या मिसेसनी सहज चौकशी केली म्हणून तिनं सांगितलं— 'डोकं फार जड झालंय'— रात्रभर झोप लागली नाही म्हणून खुर्चीत बसल्या-बसल्या तिचा डोळा लागला. जाग आली, तेव्हा तिचं डोकं खरंच हलकं झालेलं!''

''असं?''

''असं काय विचारता डॉक्टर? कसं म्हणून विचारा!''

''कसं?''

"तुमच्या मिसेसनी कात्रीनं तिचे लांबसडक केस कापून टाकले! हिनं विचारलं, तर त्या म्हणाल्या, मला वाटलं, तुम्ही माझ्याकडे आलाय! तुम्ही पेशंट नाही, क्लायंट आहात!"

झालेला घोटाळा माझ्या ध्यानात आला.

"सॉरी घाटपांडे! झालं ते झालं. आता भरपाई कशी करायची, ते सांगा!"

"भरपाई कसली करताय् डॉक्टर! ही घरी येऊन रडत्येय—आता पाच-सहा वर्षं वाट पाहायला हवी! आणि या वयात केसांची वाढ कितपत असते, देव जाणे!"

"एनी वे—तुमच्या सौभाग्यवतीचं डोकं कसं आहे आता? की घरी जाताना व्हिजिटला येऊ?"

घाटपांडे वैतागून म्हणाले, "माझे आई— आमच्या बाजूला वर्ष-सहा महिने फिरकू नका आता!"

त्यांनी रागानं फोन खाली ठेवला.

चला—वसुंधरेच्या मूर्खपणामुळे मी एक पेशंट गमावला!

घरी आलो तेव्हा मी घुश्श्यातच होतो. जेवून वामकुक्षी घेतली. हॉलमध्ये वसुंधरा आणि तिच्या क्लायंट्स हसत होत्या, खिदळत होत्या. एरवी त्या आवाजाचीच लय पकडून मी झोपत असे. पण आज मला झोप येणं शक्यच नव्हतं. कधी एकदा पाच वाजतात, असं मला झालं होतं.

'पार्लर'ची वेळ संपल्यावर मी वसुंधरेला आत बोलावलं.

"वसू, काय चावटपणा आहे हा?"

"चावटपणा? कसला चावटपणा?" जणू आपण त्या गावच्या नाही असा चेहरा करून वसुंधरा विचारू लागली.

"तू त्या मिसेस घाटपांडेंचे केस कापून टाकलेस?"

"मला काय ठाऊक! त्या सरळ हॉलमध्ये आल्या— खुर्चीवर बसल्या. मी माझ्या एका क्लायंटला वॅक्सिंग करत होते."

"वॅक्सिंग?"

"म्हणजे तिच्या पायांवरचे नको असलेले केस काढून ते अगदी

नितळ, गुळगुळीत—''

"बरं बरं—पुढचं सांग!''

"मिसेस घाटपांडे डोक्यात बोट खुपसून म्हणाल्या, ''माझं डोकं अगदी जड झालंय!'' मी म्हटलं—मिसेस घाटपांडे—तुम्हांला बॉबकट छान दिसेल हां! तर म्हणाल्या—कोण जाणे! केल्याशिवाय कळणार नाही छान दिसतो की वाईट दिसतो! डॉक्टर आले नाहीत का अजून? मी म्हटलं, त्यांचा काय नेम? आता येतील, नाही तर तासाभरात येतील. पाच मिनिटांनी पाहिलं, तर त्या झोपलेल्या! मी कात्री घेऊन अलगद—''

"समजलं!''

"त्यांना बॉबकट खरंच चांगला दिसला! शी लुक्स व्हेरी क्युट नाऊ!''

"मिस्टर घाटपांडेंचं निराळं मत आहे!''

"उगाच भडकल्या त्या माझ्यावर! आणि मुख्य म्हणजे, माझं बिल न देता गेल्या!''

मी चिडून म्हटलं, ''वसुंधरे, तुझ्या बिलाचं काय घेऊन बसलीस? मी त्यांचा फॅमिली डॉक्टर होतो. मोठा पेशंट गेला माझा!''

"मग निदान त्या बॉबकटचं बिल...''

"वसुंधरे, तू अगदी ही आहेस!''

ती शांतपणे कॉटवर बसली आणि म्हणाली, ''तुम्हीसुद्धा अगदी हे आहात!''

"का म्हणून?''

"तुम्ही माझी एक क्लायंट पळवलीत!''

"पळवली म्हणजे?''

"तशी नाही पळवली! तुम्हांला मी तशी पळवू देते होय! आकाशपाताळ एक करीन, इकडची दुनिया तिकडे करीन—''

"कळलं! पुढे बोल.''

"डॉक्टरसाहेब, सुकांती साखळकर नावाची तरुण मुलगी तुम्हांला ऐकून माहीत आहे?''

"म्हणजे काय? शी इज माय पेशंट!''

"तोच घोटाळा आहे मिस्टर! ती माझ्याकडे आली होती.''

"तुझ्याकडे?''

"काकांनी तिला राजापूरहून इथं आणलं. तिच्यासाठी वरसंशोधन करण्यासाठी. पण तिचा चेहरा ड्राय, रखरखीत. कोकणातल्या खेड्यात जन्म गेलेला. म्हणून तिच्या काकूनं तिला माझ्याकडे फेशियल ट्रीटमेंट घ्यायला सांगितलं.''

"फेशियल ट्रीटमेंट?''

"ते तुम्हांला नाही कळायचं! चेहऱ्याचं ड्राय स्कीन रसरशीत होण्यासाठी ती ट्रीटमेंट असते! माझ्या अनुपस्थितीत तुम्ही तिला ताब्यात घेतलंत आणि तिच्यावर इंजेक्शन्सचा मारा केलात.''

"अगं, पण तिनं मला कधीच तसं सांगितलं नाही.''

"तिला बिचारीला काय ठाऊक! परवा ती, तिची काकू एकत्र भेटल्या मला तेव्हा उलगडा झाला!''

"काही का असेना—तिला गुण आला! माझ्या ट्रीटमेंटमुळे पाहा ती कशी ताजीतवानी रसरशीत, लालबुंद दिसते.''

"पुरे! आणखी वर्णन नको तिचं! तुम्ही माझी क्लायंट पळवलीत; मी तुमची पेशंट-''

"दे टाळी! यावर एक उपाय आहे!''

"कोणता?''

"तू खजुराहो ब्युटी पार्लर बंद करायचं, म्हणजे हे घोटाळे होणार नाहीत!''

वसुंधरा क्षणभर विचारमग्न झाली. मग म्हणाली, "एक अट आहे.''

"बोल.''

"तुम्ही मिसेस घाटपांडेकडून आजच्या बॉबकटचे पैसे मिळवून द्यायचे! कळलं?''

तर, हे असं आहे.

म्हणून म्हणतो, डॉक्टरच्या बायकोनं ब्युटी पार्लर उघडू नये आणि उघडलंच तर ते घरात उघडू नये!

.७.

नव्याण्णवातला एक

आजोबांना आम्ही सारी नातवंडं 'बाप्पा' म्हणत असू. बाप्पा रंगानं गोरेपान होते. शरीराची चण लहानखुरी, नाक धारदार पण डोळे निस्तेज. डोक्याचा चमनगोटा. मध्यभागी तबल्याच्या मधोमध असतो तसला वर्तुळाकार घेरा. मात्र गोव्यातले इतर म्हातारे ठेवीत तशी शेंडी मात्र नव्हती. धोतर, पांढरा शर्ट, कोट आणि डोईला रुमाल असा त्यांचा वेश असे. इस्त्री हा प्रकार माहीत नव्हता. घरी धुऊन वाळवलेल्या खमीसाची दुमडलेली कॉलर कधी कोटाच्या कॉलरबाहेर असायची, तर कधी आत. कोटाचा न् पाण्याचा संबंध सटीसामासी कधी तरी. कुठं जवळपास जरी जायचं असलं तरी कोट घातल्याशिवाय आणि डोक्याला रुमाल गुंडाळल्याशिवाय ते बाहेर जायचे नाहीत. बाहेर जायचं असलं म्हणजे कोट घालीत आणि खुंटीवर लोंबकळणारा रुमाल चालता-चालता डोईभोवती गुंडाळू लागत. इतक्या सफाईनं की, उंबऱ्याबाहेर पाऊल पडण्यापूर्वी त्यांचं उघडं-बोडकं मस्तक पूर्णपणे झाकून जाई आणि त्यांच्या रुंद कपाळाच्या दोन्ही कडा दिसेनाशा होत. आजोबा जवळपास नसले की आम्ही मुलं हळूच खुंटीवरला रुमाल काढून डोक्याला गुंडाळण्याचा प्रयत्न करीत असू. पण एक तर तो चार-पाच वार कापडाचा घोळ दोन्ही हातांत ठरत

नसे आणि कधी प्रयत्नानं डोक्याभोवती दोन वेढे गुंडाळले न गुंडाळले तोच सारा सरंजाम खाली कोसळत असे! संपूर्ण रुमाल डोक्याभोवती वेढणं आम्हांला कधीच जमलं नाही.

केप्याला आमचं किराणा मालाचं दुकान होतं. हमरस्त्यावर चौसोपी, मधोमध तुळशीवृंदावन असलेलं घर आणि अंगणाला काटकोन करून ऐसपैस पसरलेलं दुकान. आजोबांच्या आजोबांनी प्रथम हे दुकान घातलं. (त्या पूर्वीच्या पिढ्या कशावर जगत, हे खुद्द आजोबांना ठाऊक नव्हतं!) आजोबांच्या वडिलांनी म्हणजे आम्ही न पाहिलेल्या आमच्या पणजोबांनी हे दुकान मोठ्या हिकमतीनं चालवलं. त्यांच्या काळात धंद्याला चांगलीच बरकत आली. केप्यापासून सावर्डे हे चार मैल, तर मडगाव नऊ मैल. मडगाव हे गोव्यातलं प्रमुख व्यापारी केंद्र. आमचे हे पणजोबा दर दिवसाआड भल्या पहाटे चालत मडगावला जायचे आणि सर्व्हिस मोटारीच्या टपावर मालाच्या गोण्या टाकून दहा वाजेपर्यंत परतायचे. मग पेज पिऊन पसऱ्यावर जाऊन बसायचे आणि जातीनं सगळा व्यवहार पाहायचे. आमच्या घरातले सर्व लोक त्यांना 'पसऱ्या आजो' म्हणायचे. पसऱ्या आजानी ऊर्जितावस्थेला आणलेला धंदा त्यांच्या पश्चात आजोबांनी चालवायला घेतला आणि हां-हां म्हणता रसातळाला नेला!

किराणा दुकान चालवायला आवश्यक असणारा एकही गुण आजोबांच्या अंगी नव्हता. भुकेला ते फार हळवे होते आणि बहुतेक गोंयकाराप्रमाणे मासळी हा त्यांचा वीक पॉइंट होता. जिभेचे चोचले पुरवण्यात 'सारस्वत आणि कायस्थ संपले!' असं ते स्वत: म्हणत. पहाटे त्यांचा पहिला चहा व्हायचा. मग स्नानसंध्या आटोपेपर्यंत आजी रोट्या करायची. तेल-तूप न लावता भाजलेल्या वर्तुळाकार गव्हाच्या फुलक्या म्हणजे रोट्या. ओल्या खोबऱ्याची लसूण घालून वाटलेली चटणी आणि चार-पाच रोट्या हादडून झाल्या की दोन-तीन कप कॉफीचं पाणी पिऊन आजोबा गावात फेरी मारायचे. खाडीवर किंवा मानशीवर जाऊन ताजी मासळी आणणे, हा त्यांचा आवडता उद्योग. दहा वाजेपर्यंत स्वारी घराकडे परतायची. मग पेज आणि पापड-लोणचं. कधी कधी सुक्या बांगड्याचा भाजवलेला तुकडा.

एवढं झालं की, आजोबा दुकानाकडे जात. बरेचसे कंटाळलेले, मनाविरुद्ध जावं लागतं म्हणून वैतागलेले. घरातल्या खंडीभर पोराटोरांपैकी कुणी तरी दुकान झाडून साफसूफ करी. मग आजोबा पोर्तुगीज किंवा मराठी वर्तमानपत्र उघडून भिंतीला टेकून आरामात बसत. अशा वेळी त्यांना जागेवरून उठणं आवडत नसे.

"दत्तुबाबा, रॉकेल हवं बाटलीभर." समोरचा कायतान किंवा जुआव पैसे पुढं करून रॉकेलच्या डब्यापाशी बाटली ठेवी.

"कित्यां जाय तुका पेत्रेल?"

"राती दिवो पेटोंवक—"

"हात्तीच्या—रात्री ना? मग आता काय गडबड? संध्याकाळी ये! बाटली असू दे इथंच!" वर्तमानपत्रातून डोकं फारसं वर न काढता आजोबा म्हणत.

"भाटकार—चहाची पुडी पाहिजे—"

"कधी चहा करायचाय; संध्याकाळी ना?"

"नाही भाटकार, आता प्यायचाय—घरची सारी मंडळी खोळंबलीत!" त्रस्त मुद्रा करून आजोबा उठायचे.

'काय कटकट आहे', हा भाव त्यांच्या चेहऱ्यावर एखाद्या निरक्षरानंही वाचावा!

"काय गं चेडवा, साखर आहे ना घरात?"

"आहे वाटतं—"

"असं कर, अर्धा शेर साखर घेऊन जा! नाही तर पुन्हा पाच मिनिटांनी येऊन मला छळशील!"

"पण भाटकरा, पैसे नाही आणले!"

"आणून दे सावकाश, घाई कुठं आहे?" आणि मग उधारीवर अर्धा शेर साखर देऊन आजोबा पुन्हा वाचत बसायचे.

खरं म्हणता, उधारी लिहिण्यासाठी स्लेट पाटी न् पेन्सिल पुढं पडलेली असायची, पण त्यावर हिशोब टिपणार कोण? स्मरणशक्तीवर विश्वास म्हणून नव्हे, लिहायचा कंटाळा! या पद्धतीनं त्यांनी आपण होऊन

उधारी निर्माण केली आणि ती वसूल करण्याची चिंता कधी केली नाही! असे किती पैसे बुडाले, हे मंगेशाला माहीत!

वर्तमानपत्रांची दोन-तीन पारायणं झाली की साडेबारा-एक वाजायचा. मग आजोबांचं सारं लक्ष दुकानावरून उडून जेवणाकडे लागायचं. आजीनं बांगड्याचं हुमण केलं असेल की उडीदमेथी—मुडुशा चवदार असतील की बेचव? शेंवटाळ्याची गातण छोटी होती. दोन-तीन तुकडे तरी वाट्याला येतील ना? नाही तर जिभेला लागलं—पडजिभेनं बोंब ठोकली, असं व्हायचं. यासारखे विचार त्यांच्या डोक्यात धुमाकूळ घालीत. दुपारची एकची मडगाव कांटेर गेली की ते घाईघाईत उठायचे. या वेळी कुठलंही तालेवार गिऱ्हाईक आलं तरी "आता संध्याकाळी ये—दुकान बंद झालं. आम्हाला पोटंबीटं असतात, हे तुम्हा लोकांच्या लक्षात कसं येत नाही?" अस्सं ओरडत आजोबा उठायचे आणि दुकान बंद करून घरात यायचे. रुमाल-कोट खुंटीला लावून, हातपाय धुऊन सरळ पाटावर. या वेळी पाट मांडलेले नसले तर त्यांच्या ओरडण्यामुळे घराची कौलं उडू लागायची! पण सहसा असं व्हायचं नाही. पाटावर बसले आणि भाताचा ढीग— हुमण-तळलेले मासे आदी चीजवस्तू भल्या मोठ्या ताटात दिसली की ब्रह्मानंदी टाळी! जेवल्यावर ओल्या खोबऱ्याचा तुकडा चघळीत जे आडवे व्हायचे, ते एकदम चार-साडेचारपर्यंत. वामकुक्षीची त्यांची जागा ठरलेली. बाहेरच्या पडवीवर एक अरुंद लाकडी बाक, त्यावर हाताची उशी करून ते झोपत. जेमतेम शरीर मावेल एवढा अरुंद बाक—कुशीवर वळले तरी खाली पडतील असा. पण तसा अपघात कधी झाल्याचं मला आठवत नाही. वामकुक्षी संपली की चहा न् पोहे वा तत्सम पदार्थ खाऊन ते दोन तास कसेबसे पुन्हा दुकानातली ड्युटी करीत. दिवे लागण झाली की दुकान बंद. परस्पर ते तिठ्यावर जायचे. तिथं त्यांच्या वयाच्या दहा-पाच मंडळींच्या गप्पा ऐन रंगात आलेल्या. "काय दत्तुबाब, झालं दुकान बंद?" शिरवईकरांचा किंवा नाडकर्ण्यांचा प्रश्न.

"हल्ली किराणा दुकानात काही मजा नाही!" हे आपलं आजोबांचं उगाच.

"मग काय कायमचं बंद करताय दुकान?" कुणाचा तरी खवचट प्रश्न.

"हूं, तसाच विचार आहे! काही तरी वेगळा धंदा सुरू केला पाहिजे!"

पण तो वेगळा धंदा कोणता, हे निश्चित होण्यापूर्वी आजोबांना किराणा दुकान बंद करावं लागलं. पणजोबांनी ऊर्जितावस्थेला आणलेल्या दुकानाचं पार दिवाळं वाजलं! गिऱ्हाइकांनी उधारी बुडवली. परिणामी, मडगावच्या बाजारात आजोबांची पत घसरली. त्यांना क्रेडिटवर माल कुणी देईना. जुनी थकबाकी फेडता-फेडता आजोबांच्या तोंडाला फेस आला. दुकान हळूहळू रिकामं होऊ लागलं.

"दत्तुबाब, साखर दे अर्धा शेर-"

"साखर संपली-"

"पात्रांव, दोन नारळ हवेत."

"मडगावहून आणायचे आहेत—उद्या परवा आणू."

"एक आण्याच्या बिड्या आणि एक काडीपेटी—"

"काड्यापेटी घे, बिड्या नाहीत-" आणि हळूहळू सगळेच डबे रिकामे झाले. दुकानाला भकास कळा आली. सकाळ-संध्याकाळ गावातून फेऱ्या मारण्याव्यतिरिक्त आजोबांना दुसरं काम उरलं नाही. मात्र, ते काम त्यांनी इमानेइतबारे केलं.

दुकानातून थोडीफार प्राप्ती व्हायची. कमीत कमी संसाराला लागणाऱ्या वस्तू सहज सुटायच्या. पोराबाळांना जेवणखाण भरपूर मिळायचं. पण दुकानाला टाळं लागलं तशी संसाराची परवड होऊ लागली. कुळागरात फणस, आंबे आणि माड होते; पण ते पोटापुरते. ते विकून त्यावर चरितार्थ चालवणं अशक्य कोटीतली गोष्ट.

प्राप्तीचा एकुलता एक झरा कायमचा आटला. आजोबांचा स्वभाव असा की, ते कोणतीही गोष्ट फारशी मनाला लावून घ्यायचे नाहीत. पण ओढघस्तीचा संसार रेटता-रेटता आजीची दमछाक होऊ लागली. गोव्याला रामराम ठोकून देशावर सरकारी नोकरी करणाऱ्या थोरल्या मुलाकडे राहणं क्रमप्राप्त झालं. नवऱ्याच्या नाकर्तेपणामुळे मायभूमी सोडावी लागली आणि सुनेच्या संसाराचा आश्रय घ्यावा लागला, ही गोष्ट आजीच्या मनाला खोलवर लागून राहिली. इतकी की, हळूहळू तिनं आजोबांशी बोलणं सोडलं. बाप्पांना

त्याचंही काही वाटलं नाही. मुलगा मिळवतो आणि सून पोटाला घालते, बायकोचा संबंध येतोच कुठं— असा त्यांचा सरळ हिशोब! दरम्यान, बाप्पांनी पैसे मिळवण्यासाठी बसल्या-बसल्या नाना उद्योग केले. बरेचसे आतबट्ट्याचे.

त्यांच्या देशावरून गोव्याकडे फेऱ्या चालूच असायच्या. 'कित्ते जाले तरी गोंय ते गोंय' असं ते दिवसातून एकदा तरी म्हणायचे. पाच—दहा वेळा म्हणू लागले की माझे वडील ओळखायचे—बाप्पांना गोव्याचे जबरदस्त वेध लागले आहेत! ते मग त्यांच्या हातावर तिकिटासाठी व वरखर्चासाठी पैसे ठेवायचे. (अर्थात माझ्या आईचा डोळा चुकवून!) बाप्पा गोव्याला जायचे-तिथं नातेवाइकांकडे सुखेनैव राहायचे. लहर फिरली की पुन्हा देशाकडे!

एकदा त्यांनी येताना काजूगराचे पाच डबे आणले. ते विकून खूप फायदा मिळवायचा, असा त्यांचा बेत होता.

रोज सकाळी ते एका पिशवीत काजूगराचा डबा घेऊन जात आणि दुपारी घामाघूम होऊन तो डबा परत घेऊन येत.

''का हो बाप्पा, डबा का परत आणलात?'' मी विचारी.

''अरे, मला डबा पडला तीस रुपयांला. तो मागतो पन्नास रुपयांना.''

''म्हणजे वीस रुपये फायदा! मग छानच आहे की!''

''शहाणा आहेस! तुला काय कळतं व्यापारातलं? कमीत कमी डबल किंमत आली पाहिजे! अरे, काजूगर कसा आहे एकेक. गोव्याचे आहेत बाबा! कित्ते जाले तरी गोंय ते गोंय!'' ते सुस्कारा सोडून म्हणायचे.

''खरंच चांगले आहेत काजूगर?'' — माझा भाबडा प्रश्न.

''तर! पाहिले नाहीस तू? पांढरे सफेद मोत्यासारखे.''

''नाही बुवा—तुम्ही सुटे आणले होते, ते सालीचे होते! या डब्यांना सीलं आहेत ना!''

मग बाप्पांनी थोडा वेळ विचार केला.

''असं करू—आपण एक डबा फोडू. बाकीचे चार विकून टाकू! जेवल्यानंतर मुखशुद्धीसाठी काजूगर फारच उत्तम!''

मी त्यांना सहर्ष पाठिंबा दिला.

तात्पर्य, मुखशुद्धीसाठी आम्ही डबा भरून काजूगर फस्त केले.

एके दिवशी संध्याकाळी आजोबा दुसऱ्या डब्याला लावलेलं सील कोयतीनं काढत होते.

मी विचारलं, ''बाप्पा, मुखशुद्धी?''

''शहाणा आहेस! मुखशुद्धीचं कौतुक पुरे!''

''मग हा डबा?''

आजोबांनी आजूबाजूला पाहिलं आणि ते हळूच मला म्हणाले, ''तुझ्या आजीला काजूगराचे लाडू फार आवडतात! आईला सांग, साखरेचा पाक तयार करून काजूचे लाडू कर! आपण एकेकच खायचा बरं का; सगळे लाडू आजीकडे!''

तर तीन डबे उरले, ते शेवटी त्यांनी पन्नास रुपये एक या दरानं विकले.

''मुद्दल परत आलं!'' ते आनंदानं मला सांगू लागले. मी हिशोब केला आणि त्यांचं विधान बरोबर असल्याचा निर्वाळा दिला.

एकदा त्यांनी गोव्याहून तीन महागडी फाऊंटन पेनं आणली. पार्कर किंवा अशीच कुठली तरी.

''पस्तीस रुपयाला एक!'' ते मला अभिमानानं म्हणाले.

''विकणार कशी?'' मी विचारलं.

''पोर्तुगालची आहेत! इंपोर्ट की काय म्हणतात, तसली आहेत! शंभर रुपये मिळाले तरच विकणार!''

''शंभर रुपये? एका पेनाला?''

''हो, एक पैसा कमी नाही!''

यानंतर जवळजवळ सहा महिने ते ही पेनं विकायचा प्रयत्न करीत होते! गावातले तमाम पेनवाले आजोबांना चांगलेच ओळखू लागले होते! आजोबांनी जंग-जंग पछाडलं, पण त्या पेनवाल्यांनी आजोबांना दाद दिली नाही!

एक दिवस आजोबा हसत घरी आले.

''एक पेन खपलं आज—माझा एक जुना मित्र भेटला, त्यानं घेतलं! अरे, पेनचा दर्जा त्याला बरोबर कळला! अरे, कुणीतरी म्हटलंय, शूर मर्दाचा पोवाडा, शूर मर्दानं ऐकावा!''

“किती रुपयाला घेतलं त्यांनी?” मी मुद्द्याला हात घातला.

“एकशे पाच रुपये.”

“शंभर आणि वर पाच?”

“ते तुला कळायचं नाही! आता ही दोन पेनं राहिली. तुझ्या बाबांना एक, तुला एक! पेन जपून ठेव. कॉलेजबिलेजात जायला लागलास तर वापरायला काढ!”

“पण बाप्पा—”

“अरे, मुद्दल आलं; बास! पळ, आईचा स्वयंपाक झालाय का, बघून ये!”

असा हा बाप्पांचा बिझनेस!

गोव्याहून येताना न चुकता तिथली लॉटरी (सॉर्त) घेऊन यायचे. निकालाची तारीख जवळ आली की गोव्यातील सर्व नातेवाइकांना, इथं सोर्तीचा नंबर मिळत नाही, तरी निकालाचे नंबर पाठवून द्यावेत, अशी पत्रं लिहीत. तीन-चार पत्रं येत आणि त्यात अर्थातच एकच निकाल असे! आजोबांची लॉटरी फुकट गेलेली! पण ते सगळी पत्रं फोडून बारकाईनं नंबर पाहत बसत. चुकून लॉटरी लागलेली असली तर?

त्या काळात ‘लोकसत्ते’ची शब्दकोडी फार लोकप्रिय होती. बाप्पांना त्याचा सुगावा लागला. त्यांनी प्रवेशपत्रिका माझ्या हातात ठेवली.

“तू निबंध स्पर्धेत बक्षीस वगैरे मिळवतोस ना?”

“हो! मग?”

“म्हणजे तुझं मराठी चांगलं आहे.”

“हो, मग?”

“हे शब्दकोडं सोडव पाहू! नीट सोडव. हजारो रुपयांची बक्षिसं मिळतील.”

प्रवेशपत्रिका मी विचार करकरून भरली. ‘धावला’ की ‘चावला’? ‘मरण’ की ‘तोरण’? बाप्पांनी मोठ्या उत्साहानं प्रवेशपत्रिका, प्रवेश फी पाठवून दिली. पण कसचं काय! चार-चार, पाच-पाच चुका! शब्दकोड्याची बक्षिसं मराठीच्या ज्ञानावर अवलंबून असती, तर मराठीचे समस्त प्राध्यापक

लक्षाधीश नसते का झाले? अर्थात, हे त्या वेळी मलाही ठाऊक नव्हतं व बाप्पांनाही!

बाप्पांचा व्यापार, त्यांच्या लॉटऱ्या—अशा खूप गमती आठवतात. ते मोडीत पत्र लिहायचे—'अमुक तारखेपावेतो सर्वांचे कल्याण इच्छितो उपरि' असा मायना असायचा. खरी गंमत पाकिटावरील पत्ता लिहिताना. तो पत्ता पोस्टमनला उद्देशून असायचा. 'त्यांना हे पत्र जरूर जरूर देणे, विसरू नये.' असा पत्त्याखाली ठळक अक्षरात मजकूर असायचा! काय बिशाद आहे पोस्टमन पत्र द्यायला विसरेल!

त्यांना मेथीची भाजी मुळीच आवडत नसे. पण गंमत अशी की, त्यांना ती ओळखता येत नसे. ते भाजी खात राहत. पुन:पुन्हा मागून घेत. पण कुणी तरी म्हटलं, "आज मेथीची भाजी छान झालीय बरं का—" की लगेच त्यांच्या ध्यानात येई की, आपण मेथीची भाजी खात आहोत! मग मात्र ते त्या भाजीला हात लावत नसत!

आजी त्यांच्याशी बोलत नसे. तेही बोलत नसत. असं असलं, तरी आजीकडे त्यांचं लक्ष असे. आजी श्रावणातला रविवार 'पुजत' असे. त्यासाठी तिला पानं आणि फुलं लागत. आजोबा पहाटे उठून पत्री-फुलं गोळा करायला जात. आजीला चहाची खूप आवड. मात्र हरतालिकेचा तिचा उपवास कडक, चहाचा कप नाही! त्या दिवशी आजीपेक्षा आजोबा अधिक तळमळत! घरात येरझाऱ्या घालता, घालता, "हँ—चहा प्यायचा नाही म्हणजे काय? पार्वतीनं तसं कुठं लिहून ठेवलंय काय?" असं आजीच्या कानावर जाईल इतपत आवाज काढून पुटपुटत.

गोव्याहून आले की मला जवळ बोलवत. "हे एकशेवीस रुपये तुझ्या आजीला दे." ते म्हणत.

"कसले रुपये?" मी विचारी.

"अरे, नारळ पाडले आणि विकले; त्याचे दोनशे चाळीस रुपये आले. तिचा अर्धा वाटा तिला द्यायला पाहिजे! देवधर्म, कापडचोपड काही आहे की नाही?"

आजी आजारी पडली की तिचं औषध डॉक्टरकडून घेऊन यायची

कामगिरी ते आपण होऊन आपल्याकडे घेत. पुन्हा दिवसातून शंभरदा चौकशा.

"बघ रे— तुझ्या आजीनं बाटलीतला डोस घेतला का?"

"तुझ्या आजीला म्हणावं— साबुदाण्याची लापशी घे— नाही तर विचार, गवती चहा घेशील का? मी घेऊन येतो."

"तुझ्या आजीला झोप लागली का रे?"

एकदा तर तेच आजारी झाले. डोकेदुखीशिवाय त्यांना दुसरा आजार ठाऊक नव्हता. पण त्या वेळी त्यांनी अंथरूण धरलं.

मला एकदा जवळ बोलावून घेऊन म्हणाले, "माझं आयुष्य सगळं फुकट गेलं बघ! शंभरातले नव्व्याण्णव जसे जगतात तसा जगलो— सामान्य माणसाप्रमाणं! काहीच हाती लागलं नाही आयुष्यात! बुडबुडा फुटावा तसं माझं जिणं! तू नको असा जगूस! काय? ऐकतोयस ना?"

"प्रयत्न करीन—बाप्पा-" मी तरी दुसरं काय सांगणार?

आपल्याला गोव्याला घेऊन जा, असा त्यांनी माझ्या वडिलांच्या मागं लकडा लावला. पण त्यांना त्या अवस्थेत नेणं शक्य नव्हतं.

"गोव्यात मरावं, अशी इच्छा आहे माझी! कित्ते जाले तरी गोंय ते गोंय!" ते पुनःपुन्हा म्हणत.

शंभरातल्या नव्व्याण्णव लोकांप्रमाणं त्यांची शेवटची इच्छा अपुरी राहिली...

●●●

.८.
पिंकी आणि त्याचे खेळ

आजकाल भारतात लोकसंख्या इतक्या झपाट्यानं वाढत आहे की, आणखी काही वर्षांनी भारतीयांना एकमेकांच्या डोक्यावर धान्य पिकवावं लागेल, असा इशारा तज्ज्ञमंडळी देत आहेत! मुलांना जन्म देताना आपण दारिद्र्य, उपासमार, बेकारी या भारताच्या पाचवीला पुजलेल्या आर्थिक समस्या अधिक तीव्र तर करत नाही ना, अशी सारखी भीती वाटत असते! धड मोकळेपणाने आजकाल आई-बाप होता येत नाही!

बरं, मनात अपराधी भावना ठेवून एकवेळ आई बाप झालो, तर त्या भूमिका नीटपणे पार पाडणे अधिकच कठीण झालं आहे! आज मुलांच्या आई-बापाविषयीच्या अपेक्षा वाढल्या आहेत. आई-बापांच्या वागणुकीवर मुलं सक्त नजर ठेवतात. आदर्श पालक कसं व्हावं याचे वस्तुपाठ मुलं पालकांना देत असतात. त्यामुळे भारताच्या आर्थिक समस्यांना न जुमानता लोकसंख्येत टीचभर भर टाकणं एकवेळ परवडेल; पण मुलांना कळायला लागल्यावर त्यांचं पालनपोषण नीटपणे करणं, एक जटिल की काय म्हणतात तशी समस्या होऊन बसली आहे!

मुलं जोपर्यंत लहान असतात तोपर्यंत ठीक असतं. आपण घेऊ ते कपडे ती मुकाट्याने घालतात. आपण नेऊ

तिकडे येतात. गर्दी दिसली, समोरून वाहनं येत असली की धावत येऊन आपलं बोट पकडतात. पण एकदा ती बोटं पकडेनाशी झाली, स्वतंत्र विचाराची बनली की आपली तारेवरची कसरत सुरू होते.

आमचा पिंकी तेव्हा इंग्रजी मुळाक्षरं शिकत होता. ए ते झेड् आणि वन् टू ते नाइन टेन एवढी त्याची प्रगती झाली होती. (मी मराठी अन्याय निर्मूलन परिषदेचा पदाधिकारी असलो, तरी मराठी शिकावं ते इतरांच्या मुलांनी, अशी माझी सावधगिरीची व व्यवहारी भूमिका होती, हे आधीच नमूद केलेलं बरं!) तर, एकदा आमच्याकडे माझा एक मित्र सपत्नीक आला. त्याच्या छोट्या मुलाचं नाव जीवन असं होतं. आम्ही त्या मित्राशी गप्पा मारत असताना पिंकी कुठूनसा धावत आला. मला विचारू लागला—

"पप्पा, या मुलाचं नाव काय?"

"याचं नाव जीवन—हिंदी सिनेमात नारदाचं काम करणारा एक नट आहे ना!"

"जीवन?" माझ्या फालतू तपशिलाकडे लक्ष न देता पिंकीनं विचारलं, "पप्पा, मी याचं नाव पाटीवर लिहून दाखवू?"

"अय्या! पिनाकची एवढी प्रगती झालीय? स्पेलिंग लिहिता येतं त्याला?" जीवनच्या आईनं कौतुकानं चौकशी केली.

"छे हो—नुसती अल्फाबेट्स आणि वन ते टेन आकडे येतात! उगाच विचारतोय झालं!"

पिंकी दुखावलेल्या स्वरात म्हणाला, "पप्पा, मी लिहून दाखवतोय हां! उगाच नाही भंकस करीत!"

"बरं, बरं, दाखव हं—" मी म्हणालो आणि मित्राशी गप्पा मारण्यात मग्न झालो.

पाच मिनिटांनी पिंकीनं पाटी माझ्यापुढं धरली. पिंकीनं 'जीवन' पाटीवर काढलं होतं!

कसं काढलं असेल? 'जी' अल्फाबेटपुढं त्यानं 'वन' आकडा काढला होता!

मी क्षणभर अवाक् झालो! जीवनच्या मातापित्यांनी त्याला मनमोकळी

शाबासकी दिली. पिंकीच्या आईनं मित्र गेल्यावर त्याची दृष्ट वगैरे काढायचं ठरवलं!

त्या घटनेपासून पिंकीचा माझ्याकडे पाहण्याचा दृष्टिकोन पार बदलला. पूर्वी नम्र, आज्ञाधारक, संकटकाळी माझं बोट धरणारा पिंकी आता स्वतंत्र विचाराचा झाला. त्याला त्याचं असं एक व्यक्तिमत्त्व प्राप्त झालं.

एकदा पिंकी स्कूलमधून आला आणि आल्या-आल्या विचारू लागला, "पप्पा, तुम्ही फॉरेनला का नाही जात?"

मी बँकेच्या कामासाठी करमाळा (जिल्हा सोलापूर), आगळगाव (तालुका मंगळवेढे) या ठिकाणी अधून-मधून जाऊन येत असे. फॉरेन म्हणजे त्या मानानं फारच दूरचा पल्ला!

"सांगा ना— तुम्ही इंग्लंड, ऑस्ट्रेलिया, अमेरिका या देशांकडे का नाही जात विमानानं?"

"जाईन रे कधी तरी."

"माझ्या सगळ्या फ्रेंड्सचे डॅडी-पप्पा फॉरेनला जाऊन येतात. मला ते विचारतात. मग मला लाज वाटते!"

"अरे, पण मी मिनिस्टर नाही—एम. पी. नाही—स्मगलर नाही."

"हे सगळं तेही नाहीत! तरीपण ते जातात!" पिंकी गाल फुगवून म्हणाला.

"बरं, जाईन हं. पण आजच तुला हे का आठवलं?"

"माझ्या फ्रेंड्सचे डॅडी त्यांच्यासाठी किती छान टॉइज आणतात!"

"अच्छा—टॉइज होय. मी तुला आणून देईन."

मी सुटकेचा निःश्वास सोडला. युरोप—अमेरिकेला जाऊन येण्यापेक्षा मुंबईतल्या मुंबईत कितीही महागडा खेळ परवडला!

"मेट्रो टॉकिजजवळ टॉइजच्या दुकानात एवढा मोठ्ठा टोनी मिळतो— तो आणाल?" टोनीची उंची हातानं दाखवीत पिंकीनं विचारलं.

"ओ— शुअर! उद्या आणतो."

मी टोनीच्या शोधात अर्धा तास फिरलो. शेवटी पिंकीनं दाखवलेल्या उंचीचा टोनी मिळाला. आडवा टाकला की झोपायचा. पार्श्वभागावर थप्पड

मारली की निषेधाचा आवाज काढायचा. रुबाबदार कपडे घातलेला तीन फुटी टोनी, किंमत नव्वद रुपये!

बाहुलीची किंमत शंभराच्या घरात असू शकते, हे मला मुळीच ठाऊक नव्हतं. मी हाताळलेल्या बाहुल्या म्हणजे दोन प्रकारच्या. पाठीची बाजू संपूर्ण सपाट अशी जत्रेत मिळणारी, कावीळ झाल्यासारखी दिसणारी दोन आण्याची बाहुली आणि भुरभुरणाऱ्या शेंडीसारख्या दोन वेण्या असलेली, मेणचटलेल्या कापडाची, थोरल्या बहिणीचं हस्तकौशल्य दाखवणारी बाहुली. तिसऱ्या बाहुलीशी कधी संबंध आला नाही!

पिंकीनं टोनीची बॉक्स घेऊन बारकाईनं तपासणी केली. मग त्यानं विचारलं, ''पप्पा, टोनीचा वॉर्डरोब?''

''म्हणजे काय?''

''रोज काय टोनी एकाच प्रकारचा ड्रेस घालणार?''

''असेना का! तो काय तक्रार करणारा आहे थोडाच!'' मी सगळं 'लाइटली' घेण्याचा प्रयत्न केला.

''तो का? मी आहे ना तक्रार करायला!''

''ओके! मग बघू.''

''नाही! तुम्हाला ते कळणार नाही! मी येतो तुमच्याबरोबर! टोनीला सेलर सूट हवा, सफारी हवा, मिलिटरी ड्रेस, थ्री पीस सूट, नेहरू शर्ट, गांधी टोपी—''

''हळूहळू एकेक आणू—'' मी ती लांबलचक लिस्ट मध्येच तोडून म्हणालो.

''नो हळूहळू बिझनेस! माझ्या फ्रेंड्सना टोनी आणि त्याचा वॉर्डरोब एकदम दाखवायचा आहे मला! नाही तर पप्पा—असं करा.-''

''कसं करू?'' मी उत्सुकतेनं विचारलं.

''हा टोनी परत करा!'' छद्मी बोलण्याची तऱ्हा पिंकीनं आईकडून उचललेली!

सारांश, पिंकीला घेऊन मी टोनीचा वॉर्डरोब समृद्ध करण्यासाठी दुसऱ्या दिवशी पुन्हा दुकानात गेलो. नेहरू शर्ट—गांधी टोपी सोडल्यास

बाकीचे सर्व ड्रेसेस इतके महागडे होते की, विचारू नका! शंभराच्या दोन नोटा देताना पिवळी बाहुली नाक खाजवीत असल्याचा व कापडी बाहुल्या वाकुल्या दाखवत असल्याचा मला भास झाला!

महिना व्हायच्या आत पिंकीनं माझ्यासमोर उभं राहून घोषणा केली, "पप्पा, तुम्हांला एक इंपॉर्टंट न्यूज सांगायची आहे."

"सांग ना!" मला वाटलं, पिंकीचा वर्गात पहिला-दुसरा नंबर आला असेल!

"टोनी वॉंट्स टू गेट मॅरीड!"

"असं! करू दे ना कुणाच्या बाहुलीशी!"

"म्हणजे काय पप्पा?"

"बाहुला-बाहुलीचं लग्न करायचं आहे ना तुला? तुझा बाहुला, तुझ्या मित्राची बाहुली. लावा लग्न धुमधडाक्यात! आम्ही आमच्या लहानपणी हा खेळ नेहमी खेळायचो! अंतरपाट काय, मंगलाक्षता काय—नुसती धमाल!"

"डोण्ट बी सिली पप्पा! टोनीला कायमची बायको हवी आहे!"

"मग मी काय करू?"

"आपण रविवारी मेट्रोपाशी जाऊ—टोनीसाठी टिना आणू!"

"पिंकी! नुसत्या टिनानं तुझं की त्या टोनीचं भागणार आहे का? तिला वॉर्डरोब वगैरे मी मुळीच आणणार नाही; सांगून ठेवतो!"

"वॉर्डरोब नाही? मग टिनानं काय करायचं? टोनीच्या वॉर्डरोबकडे पाहत राहायचं?" हा पिंकी म्हणजे हिंदी सिनेमातले बालनट जसं आगाऊ बोलत असतात, तसं बोलत होता. वयाच्या मानानं अक्कल पुढं धावणारी.

"पण पिंकी—"

"प्लीज पप्पा—पुढल्या महिन्यात मला एकही सिनेमा नका दाखवू! आपण 'स्टार वॉर्स'ला जाणार होतो ना, तो कॅन्सल!"

जणू 'स्टार वॉर्स'ला तीनशे रुपये खर्च येणार होता!

"थँक्यू पिंकी फॉर युवर सॅक्रिफाइस!" मी पामर आणखी काय बोलणार!

शनिवारी बँकेतून तीनशे रुपये काढले आणि रविवारी वॉर्डरोबसह टिना घरात आली. मुलांचे लाड पुरवले नाहीत, त्यांच्या मनाविरुद्ध काही

केलं; तर मुलांच्या मनावर परिणाम होतो, पॅरेंट्सविरुद्ध त्यांच्या मनाच्या कोपऱ्यात अढी निर्माण होते, असं आधुनिक शिक्षणशास्त्र सांगतं. एकुलत्या एका मुलाच्या मनात जाणूनबुजून का म्हणून किल्मिष निर्माण करायचं?

सारांश—पिंकीनं एक दिवस जेव्हा 'टोनी—टिना आर गोइंग टू हॅव अ चाइल्ड!' असं जाहीर केलं, तेव्हा मला पुन्हा 'मेट्रो'पाशी जाण्याशिवाय गत्यंतर उरलं नाही!

पिंकी वयानं वाढू लागला, तेव्हा त्याला 'टॉइज'मध्ये रस वाटेनासा झाला. त्याच्या करमणुकीचं स्वरूप पालटलं.

एका शुक्रवारी संध्याकाळी पिंकी मला म्हणाला—

"पप्पा, माझे दोन फ्रेंड्स उद्या वीकेंडसाठी माझ्याकडे येणार आहेत."

"येऊ द्या ना."

"ते राहायला येणार आहेत!"

"राहायला?"

"हो— उद्या सकाळी येतील, परवा संध्याकाळी जातील—"

"ओके. वेलकम!"

"मुरलीधर गुजराती आहे, फ्रँक ख्रिश्चन आहे."

"असेना का! तेवढंच नॅशनल इंटिग्रेशन!"

"मुरलीधर नॉनव्हेज खात नाही; फ्रँक व्हेज खात नाही."

"असं?" मी विचारात पडलो. मग म्हटलं,

"ठीक आहे. आईला दोन्ही प्रकार करायला सांगू!"

"बाय द वे पप्पा, मी आजपासून आईला 'आई' म्हणणार नाही!"

"आं?"

"मम्मी म्हणणार! 'आई' फार हे वाटतं! फ्रेंड्स हसतील!"

"ठीक आहे."

"पप्पा, तुम्ही पाइप का नाही ओढत?"

"पाइप? भलतंच! सुपारीच्या खांडाचं मला व्यसन नाही, याबद्दल अभिमान बाळग. पाइप ओढायचा कसला आग्रह करतोस?"

"नो पप्पा! पाइप ओढणारा माणूस कसा स्मार्ट, हँडसम दिसतो!"

"असं?"

"पाइपचं नंतर बघू. पण तुम्ही घरात बनियन आणि पांढरा पायजमा घालून फिरू नका! माझे फ्रेंडस् हसतील!"

"मग काय घालू? धोतर?"

"धोतर? रिडिक्युलस पप्पा! तुम्ही सूट घ्या घरात घालायचा. त्यावर गाऊन—"

"मला तू हिंदी सिनेमातल्या हिरोइनचा बाप समजलास की काय? ते सिमल्याला नाही तर श्रीनगरला जातात आणि फायर प्लेसमध्ये लाकडाचा ओंडका ढकलता-ढकलता हीरोला तंबी भरतात—तेच ना?"

"एक डिटेल राहिला पप्पा."

"कोणता?"

"त्यांच्या तोंडात पाइप असतो. ही लुक्स सो क्यूट!"

"स्लीपिंग सूट वगैरे आणू. गाऊन, पाइपचं सांगत नाही."

"सूट आणायला जाल ना, तेव्हा अब्बाच्या दोन कॅसेट्स आणा! तुमची ती भीमसेन जोशींची अभंगवाणी ऐकून फ्रँक पळून जाईल."

"अब्बा? हा अब्बा कोण?"

"तुम्हाला ते नाही कळायचं! मी आणि मम्मी घेऊन येतो. आता जाऊ? पैसे द्या भरपूर!"

पिंकीचे मित्र म्हणजे व्ही. आय. पी.! त्यांच्या पायांखाली लाल गालिचा तेवढा अंथरायचा राहिला होता. दुपारी लंच, संध्याकाळी ग्रेड वन हॉटेलातलं डिनर, दिवसभर अब्बाचा हैदोस. रात्री नवा स्लीपिंग सूट घालून मी व पिंकीची मम्मी एका कोपऱ्यात बसून तिघांचा गोंधळ मुकाट्याने न्याहाळत होतो. फ्रँकला रात्री बारा वाजता झोपायची सवय होती म्हणे! त्यामुळे तोपर्यंत सर्वांना जागावं लागलं.

एकंदरीत पिंकीच्या मित्रांची चांगली सरबराई झाली. असे 'गेट टुगेदर'चे कार्यक्रम पुन:पुन्हा झाले पाहिजेत, असा त्या तिघांनी निष्कर्ष काढला व मला सांगितला.

वरकरणी हसून मी तो मान्य केला!

दोन-तीन आठवडे गेल्यावर पिंकीनं घोषणा केली, ''पप्पा, मी या वीकएंडला मुरलीधरकडे राहायला जाणार.''

हे अपेक्षित होतंच. त्यामुळे मी 'ठीक आहे'—म्हणून वर्तमानपत्रात डोकं खुपसलं.

''मला स्लीपर, नवा स्लीपिंग सूट, सफारी, दोन अंडरवेअर हव्यात.''

''अरे—पण—''

''दुसऱ्याच्या घरी जायचं म्हणजे सगळं कसं व्यवस्थित नको का?''

''मम्मीला घेऊन जा; काय वाट्टेल ते घे.'' मी मनातल्या मनात चिडलो. पण चीड बाहेर कशी दाखवणार? ते शिक्षणशास्त्र मधे आडवं आलं ना?

पिंकीला शनिवारी मी मुरलीधर शहाकडे पोचवून आलो. घरी पाऊल टाकतो तो फ्रँक आणि त्याचा थोरला भाऊ हॉलमध्ये बसलेले. मम्मी त्यांच्याशी गप्पा मारण्यात गुंतलेली.

मी प्रश्नार्थक चेहरा केला.

''थोडा घोटाळा झालाय.'' ही म्हणाली.

''पिंकीनं या दोघांना आपल्याकडे राहायला बोलवलं होतं ते पुढल्या शनिवारी. यांचा गैरसमज झाला.''

''यस अंकल, मला वाटलं की आजच्या शनिवारी!'' फ्रँक म्हणाला.

''पण तो तर मुरलीधरकडे गेलाय.''

''दॅट्स करेक्ट! ही वॉज नॉट एक्सपेक्टिंग अस टुडे? नाही तर घरी राहिला नसता का?''

''मग मी तुम्हाला मुरलीधरकडे पोचवू काय?''

''हाऊ सिली! त्यानं इन्व्हाइट न करता कसं जाऊ आम्ही अंकल?''

''मग मी तुम्हाला तुमच्या घरी पोचवतो—''

मी तोडगा काढला.

''पोचवायची काय गरज? माझा एल्डर ब्रदर असताना?''

''फाइन! नो प्रॉब्लेम!'' मी बेफिकिरीनं म्हटलं. मनात आलं, कटकट गेली!

पण तेवढं कुठलं आमचं भाग्य!

“तीच तर गंमत आहे अंकल! आमचे डॅडी-मम्मी औटिंगला लोणावळ्याला गेले आहेत. डॅडींच्या मित्राचा लोणावळ्याला बंगला आहे— तिथं ते ओव्हरनाइट स्टेला गेले आहेत; परवा सकाळी येणार ते परत!”

“ओ माय गॉड!” मी नकळत ओरडलो.

तिनं मला खूण केली. ‘त्यांच्यावर खेकसू नका उगीच’ असं खुणेच्या शब्दांत सांगितलं आणि गोड हसून ती मृदू आवाजात म्हणाली, “डोण्ट वरी! आम्ही आहोत ना! राहा आमच्याकडे. पिंकी नसला म्हणून काय झालं?”

“मी फ्रेडीला तेच सांगत होतो.” फ्रँक म्हणाला.

तो जागेवरून उठला आणि त्यानं आमचं घर हळूहळू ताब्यात घेतलं. रेडिओ, टेपरेकॉर्डर, टी. व्ही., पिंकींचे खेळ... माझ्यापेक्षा त्याला सर्व वस्तू कुठं ठेवल्या आहेत याचं अचूक ज्ञान असल्याचं मला आढळलं.

रविवारी संध्याकाळी फ्रेडी म्हणाला, “अंकल, उद्या आम्हाला कारनं आमच्या घरी पोचवून मग तुम्ही ऑफिसला जा.”

“फ्रेडी, तुला ठाऊक नाही का—अंकलकडे कार नाही!” फ्रँक ओरडला. आमच्या घराचा त्याला फ्रेडीपेक्षा जास्त अनुभव.

“काय? तुमच्याकडे कार नाही?” फ्रेडीला आश्चर्याचा धक्काच बसला. आमच्या घराला बाथरूम नाही, असं त्याला कळलं असतं तरी त्याला एवढा धक्का बसला नसता! “मग ऑफिसला जाता कसे?”

“बसनं!”

“माय गॉड! त्या गर्दीत तुम्ही ऑफिसला वेळेवर पोचता?”

“गेली सोळा वर्षे पोचतोय ना!” मी शांतपणे उत्तरलो.

“मग आम्ही जायचं कसं घरी?”

“मी तुम्हाला टॅक्सीनं पोचवतो.”

“अंकल, तुम्हाला एक युक्ती सांगू का? तुमच्या कॉलनीत इतक्या गाड्या आहेत; एक गाडी पंधरा-वीस मिनिटांसाठी मागून घ्या, आम्हांला पोचवून या!”

"कल्पना चांगली आहे—पण एक छोटीशी अडचण आहे!" मी म्हटलं.

"कोणती हो अंकल?"

"मला ड्रायव्हिंग येत नाही."

"व्हॉट? नो नो अंकल - आय काण्ट बिलिव्ह!"

"मे बी! बट इट्स ट्रु! माझा इलाज नाही त्याला!"

'इट्स क्रिमिनल!' माझ्या मनात आलं—तसा अधिकार असता तर फ्रेडीनं मला देहान्ताची शिक्षा फर्मावली असती!

रात्री लवकर झोपावं म्हटलं, तर दोघे भाऊ रात्री बाराच्या आधी झोपत नव्हते म्हणे! वर त्यांना झोपताना दूध प्यायची सवय होती.

सोमवारी सकाळी त्यांना मी टॅक्सीनं त्यांच्या घरी पोचवलं. येताना वाटेत चर्च दिसलं, तेव्हा मनातल्या मनात मी येशू ख्रिस्ताची करुणा भाकली. फ्रँक-फ्रेडी यांच्याबाबतीत काही चूकबिक झाली असेल, तर ती पिंकीपर्यंत पोचू देऊ नकोस, अशी प्रार्थना केली.

महिन्याभरानं पिंकीनं घोषणा केली, "पप्पा, ग्लॅड न्यूज!"

"कसली रे बाबा? बहुतेक अब्बासाहेब घरी येणार असेल आमच्या!"

"येत्या शनिवारी वीकएंडला आमच्याकडे कोण कोण राहायला येणार आहेत; ठाऊक आहे?"

"कुणीही येऊ दे—तू घरी राहा म्हणजे झालं."

"पप्पा, मी घरी राहीनच! कारण करीम कपबशीवाला, मार्गरिट मस्कारेन्हस आणि गौरी कामत आपल्याकडे येणार आहेत!"

"कोण म्हणालास?" मी दचकलो. "तू दोन मुलींची नावं घेतलीस का?"

"येस - गर्लफ्रेंड्स - अवर फ्रेंड्स!"

मी काही बोललो नाही. काय बोलणार म्हणा!

"पप्पा, एक विनंती आहे."

"सांग! कोणते कापड आणायचे - कोणत्या कॅसेट्स आणायच्या?"

"नो नो! या वेळेला तुम्हाला खर्च नाही! तुम्ही एक करा पप्पा — मम्मीची बहीण अंधेरीला असते ना, आपली कुंदा आँटी, तुम्ही वीकएंडला

मम्मीला घेऊन तिच्याकडे राहायला जा. म्हणजे तुमचा आम्हांला त्रास होणार नाही!'' तर, हे असं आहे!

भारतातलं दारिद्र्य, साखरेच्या किमती न् मंत्र्यांमधला भ्रष्टाचार यात वाढ होत राहिली तरी मला व पिंकीच्या मम्मीला चिंता नाही. पिंकीचे हे खेळ कोणत्या स्तरापर्यंत जाणार आहेत हीच एकुलती एक जटिल समस्या आमच्यापुढे सध्या उभी आहे!

●●●

.९.
ज्वालामुखीचं तोंड

वास्तविक अवंतिकाबाईंना 'विवाह' या संस्थेबद्दल मनात किल्मिष बाळगण्याचं तसं काही कारण नव्हतं! वैकुंठरावांशी अठ्ठावीस वर्षांपूर्वी सुरू झालेला संसार सुखानं चालला होता. एकुलता एक मुलगा माधवला सुस्वरूप, सुशील, सुशिक्षित बायको मिळाली होती. पन्नाशी जवळ आली होती तरी वैकुंठरावांशी जणू कालच लग्न झालंय इतकं त्यांना नवऱ्याविषयी उत्कट प्रेम वाटत होतं. मुलगा-सून यांचं प्रेम त्या पाहत होत्या.

पण झालं काय, माधवला भिलईला नोकरी मिळाली आणि बायकोला घेऊन तो तिथं रुजू झाला, तेव्हा अवंतिकाबाईंना घर खायला उठल्यासारखं वाटू लागलं. नवरा प्राध्यापक. घराबाहेर शिकवण्यात व घरात लिहिण्या-वाचण्यात पार गढून गेलेला. तसे वैकुंठराव स्वभावानं अबोल. अवंतिकाबाईंनी सात-आठ ओळींचा संवाद म्हटला की 'हूं' असा एकाक्षरी जबाब देणाऱ्यांपैकी. तीस पस्तीस बिऱ्हाडांची कॉलनी. रोज कुठं तरी काही ना काही घडायचं. अवंतिकाबाईंना त्यात फार रस वाटायचा. 'बी' बिल्डिंग-मधल्या देशमुखांची नीलिमा रोज एका मुसलमान तरुणाबरोबर फिरायला जाते किंवा 'डी' बिल्डिंगमधल्या भोसल्यांच्या सूनबाईला तिसऱ्यांदा मुलगी झाली, या बातम्या अवंतिकाबाईंना फार स्फोटक

वाटत. या बातम्या नवऱ्याच्या कानावर उत्साहानं घालायचं काम त्या इमानेइतबारे करीत. पण 'प्रदूषण'वर प्रसिद्ध झालेला ताजा इंग्रजी ग्रंथ चाळणाऱ्या नवऱ्याचं त्यावर शांत उत्तर : 'हो का? वा:! छान!' फारच झालं तर "नीलिमा मुसलमानाबरोबर फिरते? अगं, जातीजमातीत सलोखा निर्माण करायचा आता हाच एक मार्ग आहे!" असली तात्त्विक शेरेबाजी! अवंतिकाबाईंच्या फसफसत्या उत्साहावर बर्फाचं थंडगार पाणी पडल्यासारखं होई.

आणि मग अवंतिकाबाईंच्या जीवनाला वळण देणारी एक घटना घडली. त्यांच्या कंटाळवाण्या आयुष्यात चैतन्य निर्माण झालं. माधव भिलईला गेल्यानंतर वेळ कसा घालवायचा, ही चिंता त्यांना पडायची; आता त्यांना वेळ अपुरा पडू लागला.

चुकून कधी तरी त्यांच्या हातात घटस्फोटासंबंधी एक इंग्रजी पुस्तक पडलं. ते त्यांनी सहज वाचून काढलं आणि मग त्या विषयावर अनेक पुस्तकं वाचायचा त्यांनी धडाका लावला. वैवाहिक जीवनात निर्माण होणाऱ्या विविध समस्यांचा वेध घेताना वेळ कसा गेला, हे त्यांना समजेनासं झालं. अनेक मैत्रिणींशी, ओळखीच्या स्त्रियांशी त्यांनी चर्चा केली आणि विवाह —घटस्फोट या विषयांवरली त्यांची मतं पार बदलून गेली.

एक दिवस त्या तावातावानं नवऱ्याच्या 'स्टडी रूम'मध्ये आल्या.

"काय वाचताय?" त्यांनी प्रश्न केला.

"वॉटर पोल्युशन. सांडपाण्यामुळं नद्या, समुद्र कसे प्रदूषित होतात त्यावर वाचन करीत होतो. आज ही समस्या—"

"डोंबल तुमचं! तिथं समाजात एवढं प्रदूषण चाललंय आणि तुम्ही सांडपाण्याचं प्रदूषण काय घेऊन बसलात?"

"हूं!"

"हूं काय? बाहेर रोम जळतंय आणि तुम्ही इथं फिडल वाजवताय!"

"रोम जळतंय? कुठं?" वैकुंठरावांनी शांतपणे खिडकीबाहेर नजर टाकली आणि पुन्हा पुस्तकात डोकं खुपसलं.

"अहो प्राध्यापक महाशय, आज विवाह संस्था किती दूषित झालीय याचा तुम्हाला पत्ता आहे काय? अनेक संसार आतून पोखरले गेले आहेत.

घर अगदी मोडकळीला आलंय, तरी नवरा-बायको एकत्र राहताहेत. नाइलाजानं राहताहेत.''

''असं?''

''का म्हणून विचारा!''

''का?''

''आपल्या समाजाची कृत्रिम जडणघडण! त्यांना—विशेषत: स्त्रियांना—आज मार्गदर्शन करणारं कुणी नाही! जे सुधारत नाही, ते संपवलं पाहिजे. ज्या गोष्टीला इलाज नाही, ती गोष्ट समाप्त केली पाहिजे!''

''मग मी काय करू म्हणतेस?''

''तुम्ही काय करणार? तुम्ही प्रदूषणावरली पुस्तकं वाचा! हे काम मलाच करावं लागेल.''

''म्हणजे एक्झॅक्टली काय करणार आहेस तू अवंतिके?''

''समाजकार्य! अडचणीत सापडलेल्या स्त्रियांना योग्य मार्गदर्शन! ज्वालामुखीच्या तोंडावर बसलेल्या स्त्रियांना खदखदणाऱ्या लाव्हारसाचा निचरा कसा करायचा याबाबतचा मोफत सल्ला!''

''ज्वालामुखी? लाव्हारस? बी. ए. ला तुझं इंग्रजी होतं की भूगोल?''

नवऱ्याच्या बोलण्याकडे लक्ष न देता अवंतिकाबाईंनी घोषणा केली; वधूवर सूचक मंडळं असतात ना, त्या धर्तीवर मी 'घटस्फोट सल्लागार संस्था' स्थापन करणार आहे.

''गो अहेड!'' प्राध्यापक शांतपणे म्हणाले आणि क्लोराइड-सल्फाइडमध्ये पार बुडून गेले!

नवऱ्यानं नाउमेद केलं तरी अवंतिकाबाई डगमगल्या नाहीत. समाजकार्य करू पाहणाऱ्या प्रत्येक माणसाला सुरुवातीला ठेचा खाव्या लागतात याची त्यांना जाणीव होती. आपलं अंगीकृत कार्य चिवटपणे करत राहणं, हाच त्यावरील मार्ग असल्याचं त्यांनी मनोमन ठरवलं होतं.

'सी' बिल्डिंगमधल्या मोडकांची बायकोशी बोलाचाली झाली आणि रागाच्या भरात मोडकांनी धर्मपत्नीला स्टेनलेस स्टीलचं फुलपात्र फेकून मारलं. ही भयंकर वार्ता अवंतिकाबाईंच्या कानांवर आल्यावर त्यांना राहवलं

नाही. मोडक ऑफिसच्या मार्गाला लागल्यावर त्या तडक त्यांच्या घरी गेल्या आणि त्यांनी तातडीनं अंजलीची गाठ घेतली.

अंजलीच्या कपाळाला बँडेज होतं आणि तिचे डोळे सुजले होते. बिचारी रात्रभर मुसमुसत असावी. अवंतिकाबाईंनी बेल वाजवली आणि आत शिरताच अंजलीला पोटाशी धरलं. प्रेमभरानं तिच्या पाठीवरून हात फिरवत त्यांनी म्हटलं, "बायकोला मारणारा नवरा—हा नवरा कसला; कर्दनकाळच तो!"

"हो ना!" अंजली स्फुंदत म्हणाली.

"लग्न होऊन किती वर्षं झाली?"

"तीन."

"पहिल्यांदा त्यानं तुला कधी मारलं?"

"दोन वर्षांपूर्वी."

"म्हणजे? दोन वर्षं तू गप्पच आहेस? त्याच्याविरुद्ध काही ॲक्शन नाही घेतलीस?"

"काय ॲक्शन घ्यायची?" अंजलीनं करुण दृष्टीनं अवंतिकाबाईंकडे पाहिलं. तिचे भरलेले डोळे पाहून अवंतिकाबाईंना भडभडून आलं.

"घटस्फोट घ्यायचा!"

"घटस्फोट?" अंजली चमकून उदगारली, "पण हिंदू स्त्रीला तो सहजासहजी मिळवणं शक्य आहे का?"

"का नाही? हिंदू स्त्रीचं कातडं काय गेंड्यासारखं असतं, नवऱ्याचा मार मुकाट्यानं सहन करायला?"

"पण—"

"पणबीण काही नाही. तुझं माहेर कुठं आहे?"

"पुण्याला."

"ताबडतोब माहेरी निघून जा. तिथून नवऱ्याला वकिलातर्फे घटस्फोटाची नोटीस पाठवून दे. तुला मुलं नाहीत. तेव्हा बाकीची गुंतागुंत काही नाही! करशील ना मी सांगते तसं?"

"हो."

संध्याकाळी कॉलनीत बातमी पसरली : अंजली मोडक शेजारी किल्ली ठेवून नवऱ्याला न सांगता माहेरी गेली.

आठवड्याभरात बातमी आली : अंजली मोडकनं नवऱ्याला घटस्फोटाची नोटीस पाठवली!

अवंतिकाबाई सोडल्यास कॉलनीतल्या सर्वांना नवल वाटलं. त्या मात्र खूष होत्या. समाजकार्याला प्रारंभ उत्तम झाला होता. लवकरच त्यांच्या कानावर आलं : 'एफ' बिल्डिंगच्या तीन नंबरच्या फ्लॅटमध्ये नवं जोडपं आलंय. त्यातली बायको डॉक्टर आहे; नवरा मात्र नुसता बसून खातो! तशी या गोष्टीला अवंतिकाबाईंनी तत्काळ हरकत घेतली नसती. पण बायकोची प्रॅक्टिस महिन्याकाठी तीन-चार हजार आहे आणि ते सगळे पैसे तो बेकार नवरा आपल्या ताब्यात घेतो, हे सगळे ऐकल्यावर मात्र त्यांच्या अंगाचा तिळपापड झाला! ही शुद्ध नवरेशाही त्यांना सहन होईना.

त्या तडक डॉक्टरीणबाईंच्या दवाखान्यात दाखल झाल्या. पेशंट्सची गर्दी कमी झाल्यावर त्या आत गेल्या आणि डॉक्टरीणबाईंसमोर 'दत्त' म्हणून उभ्या राहिल्या.

सुरुवातीला डॉक्टरीणबाईंनी त्यांना दाद दिली नाही. पण अवंतिकाबाईंना ते अपेक्षित होतं. मुली कितीही शिकल्या—अगदी डॉक्टर झाल्या तरी बहुतेकींची 'असे पती देवचि ललनांना' अशीच समजूत असते, हे त्यांनी चाणाक्षपणे ओळखलं होतं. ही समजूत मुळापासून उपटून टाकणं आवश्यक होतं.

"तुम्ही ज्वालामुखीच्या तोंडावर बसला आहात!" अवंतिकाबाईंनी त्या तरुण डॉक्टरीणबाईंना बजावलं.

"असेल. पण मला आता सवय झाली आहे." ती म्हणाली.

"तुमच्यासारख्या तरुण मुली अशा सहनशील झाल्या, तर समाजाचं कसं व्हायचं? उद्याच्या पिढीनं कुणाच्या तोंडाकडे पाहायचं!"

एका 'व्हिजिट'मध्ये काही जमलं नाही, पण अवंतिकाबाईंनी धीर न सोडता आपल्या 'व्हिजिट्स' चालूच ठेवल्या. चौथ्या व्हिजिटपासून बुरूज ढासळू लागला. सहाव्या व्हिजिटला तर किल्ल्याला भलंमोठं खिंडार पडलं.

सातव्या व्हिजिटपूर्वी डॉक्टरीणबाईंनी आपल्या बेकार नवऱ्याला घटस्फोटाची नोटीस पाठवली.

यानंतर मात्र अवंतिकाबाईंनी मागं वळून पाहिलं नाही! लागोपाठ दोनदा यश मिळाल्यामुळं त्या हुरळून गेल्या. शिकारी जसा सावजाच्या मागावर असतो, तशा त्या ज्वालामुखीच्या मागावर असायच्या. कुठं 'खुट्' झालं की दारावरली बेल दाबायला हजर असायच्या.

हळूहळू अवंतिकाबाईंनी सगळी कॉलनी पिंजून काढली. कॉलनीच्या आसपासच्या सोसायट्यांत त्यांनी आपलं जाळं पसरलं. खुद्द कॉलनीत हाहाकार माजला. 'जेवण तयार आहे का' यासारखा निरुपद्रवी प्रश्नसुद्धा नवरे मऊ आवाजात विचारू लागले. किंचित आवाज चढवला की बायका त्यांना अवंतिकाबाईंचा धाक दाखवू लागल्या. जेवताना नवरे पाणी पिईनासे झाले की, बायका त्यांना 'का हो महाशय? पाण्यात तुम्हांला अवंतिकाबाई दिसतात की काय?' असा छद्मी प्रश्न विचारू लागल्या. सहा महिन्यांत कॉलनीतल्या सात जणींनी नवऱ्यांना नोटिसा पाठवल्या. नवऱ्याला न कळवता घरातून तिघी चालत्या झाल्या. माहेरवाशिणींनाही अवंतिकाबाईंनी फितवल्यामुळं कॉलनीतून बाहेर गेलेल्या चार विवाहित मुली कॉलनीकडे परत आल्या.

वकीलमंडळी अवंतिकाबाईंना मुद्दाम भेटून आपली व्हिजिटिंग कार्ड्स ठेवू लागली. अवंतिकाबाई नुसत्या नारळ-तेल आणायला निघाल्या तरी वाटेवरल्या घरांची खिडक्या-दारं नवरे पटापट बंद करू लागले.

अवंतिकाबाई एक पथ्य मात्र कटाक्षानं पाळत. तशी गरज असेल तरच त्या मुलींना घटस्फोटाचा सल्ला देत. 'घटस्फोटासाठी घटस्फोट' त्यांना नको होता. कुणी आपण होऊन घटस्फोट घेते म्हणाली, तर त्या प्रथम त्या मुलीची बारकाईनं चौकशी करीत, तिच्या वैवाहिक जीवनाचं पृथक्करण करीत आणि स्वतःची खात्री पटली तरच तो निर्वाणीचा उपाय सुचवीत.

त्या दिवशी अवंतिकाबाईंकडे सल्ला विचारण्यासाठी सत्यभामा पाटील आली, तेव्हा तिची केस कितपत सिरीयस आहे, हे त्यांनी प्रथम तपासून पाहिलं.

"तुमचा नवरा तुम्हांला भांडं फेकून मारतो?"

"नाही."

"आजपर्यंत दारू घेऊन त्यानं कधी तुम्हांला मारहाण केली?"

"ते दारू पीत नाहीत. सुपारीच्या खांडाचंही त्यांना व्यसन नाही."

"असं?" अवंतिकाबाई निराश होऊन म्हणाल्या, "पण दारू न पिता यांनी तुम्हांला मारलं असेल की?"

"नाही— कधीच नाही!"

"रात्री उशिरा घरी येतात?"

"छे! साडेआठला त्यांना जेवण लागतं आणि दहा वाजले की बिछान्यावर पडतात."

"असं?" अवंतिकाबाईंचा चेहरा उजळला, "तुमचे दोघांचे संबंध कसे आहेत मग?"

"कसले संबंध?"

"लैंगिक संबंध हो!"

सत्यभामा पाटील लाजून लाल झाली.

"दहा वाजता रोज निजल्यावर लैंगिक संबंधाला वेळ कुठं उरतो?" अवंतिकाबाईंनी चिकाटीनं विचारलं.

"इश्श! दहा वाजता ते बिछान्यावर पडतात म्हटलं मी. आम्ही झोपतो बारा वाजता!"

"हां, मग ठीक आहे!" अवंतिकाबाईंचा आता धीर सुटू लागला. "परस्त्रीबरोबर कधी फिरायला जातात?"

"परस्त्री?"

"म्हणजे त्यांच्या ऑफिसातली कुणी सेक्रेटरी, झालंच तर शेजारीण, तुमच्या नात्यातील कुणी तरुण मुलगी..."

"जातात की!"

"वा! मग हे तुम्ही मला आधीच का नाही सांगितलंत?" अवंतिकाबाई खुशीनं म्हणाल्या.

"पण त्या वेळी ते मला बरोबर नेतात ना!"

"छे: बाई! तुमची केस चमत्कारिकच दिसते!"

"बराय, मी जाऊ का घरी? हे घरी यायची वेळ झाली! आल्यानंतर मी दिसले नाही तर चवताळतात अगदी!"

आता मात्र अवंतिकाबाई चिडल्या. म्हणजे हे चाललंय काय? नवरा कधी मारहाण करीत नाही, दारू पीत नाही, भरपूर लैंगिक सुख देतो, परस्त्रीकडे डोळे वर करून पाहत नाही; मग या बाईला घटस्फोट हवा आहे तरी कशासाठी?

त्यांनी तसं सत्यभामा पाटीलला विचारलं, त्यावर ती खुलासा करीत म्हणाली—

"त्याचं काय आहे काकू, आमची बुलढाण्याला दोनशे एकर जमीन आहे. सरकारचा नवीन कायदा आलाय ना, कमाल जमीनधारणा! सीलिंग की काय म्हणतात तो! तर हे म्हणाले, आपण नवरा-बायको वेगळे झालो, तर त्यांच्या नावावर शंभर एकर, माझ्या नावावर शंभर एकर! सगळी दोनशे एकर जमीन घरात राहील! तेव्हा हे म्हणाले, तुमच्याकडे जा. तुम्ही घटस्फोटतज्ज्ञ ना?"

अवंतिकाबाई संताप आवरून म्हणाल्या, "अस्सं! म्हणजे तुम्हांला खोटा-खोटा घटस्फोट हवाय तर! तुम्ही दोनशे एकर जमिनीवर उभ्या आहात; ज्वालामुखीच्या तोंडावर नाही! अशा बायकांना घटस्फोटाचा सल्ला मी देत नसते!"

बिचारी सत्यभामा पाटील हिरमुसली होऊन निघून गेली.

काही झालं तरी तत्त्वाशी तडजोड करायची अवंतिकाबाईंची तयारी नव्हती.

त्या दिवशीचा रिपोर्ट अवंतिकाबाईंनी नेहमीप्रमाणे वैकुंठरावांना सादर केला, तेव्हा ते 'शहरात होणाऱ्या आवाजांचे प्रदूषण' या विषयावर लेख लिहीत होते.

"एवढं सगळं ऐकून घेतलंत, नुसतं 'हूं हूं' केलंत; पण मला शाबासकी द्यायची बुद्धी तुम्हाला काही झाली नाही!" अवंतिकाबाईंनी समारोपादाखल म्हटलं.

“शाबासकी? ती कशाबद्दल?” वैकुंठरावांनी अवंतिकाबाईंकडे पाहून विचारलं, “उलट तुझ्याकडे सल्ल्यासाठी येणाऱ्या आणि नुसत्याच चकाट्या पिटण्यासाठी येणाऱ्या बायकांच्या आवाजामुळं आपल्या घरातलं प्रदूषण —”

“पुरे मेलं तुमचं ते प्रदूषण! तुम्हांला त्याशिवाय दुसरं काही सुचतंय काय?” त्या फणकाऱ्यानं उद्गारल्या आणि स्वयंपाकाला आत गेल्या.

त्या दिवशी अवंतिकाबाई खुशीत होत्या. सकाळी चहा पिऊन त्या वैकुंठरावांना कॉलेजला जाताना निरोप देण्यासाठी म्हणून बाहेर आल्या आणि दार लावून आता त्या वर्तमानपत्र चाळायला सुरुवात करणार तोच बेल वाजली.

तिशीतल्या मुलीचा चेहरा पाहताच अवंतिकाबाईंनी ओळखलं. नवा क्लायंट दिसतोय!

“हूं! काय काम आहे?” त्यांनी चौकशी केली.

“मला घटस्फोट हवाय.”

“छान! पण कशासाठी?”

“मत्सरी नवऱ्याबरोबर संसार करणं मला जमणार नाही यापुढं.”

“मत्सरी? पण का?”

“माझे माझ्या बॉसशी... कसं सांगू तुम्हांला? एकत्र काम करताना हाताखालच्या लोकांचे बॉसशी संबंध येणारच; नाही का?”

“हो ना!”

“कधी मी बॉसशी चर्चा करत बसते; कधी आम्ही एकत्र चहा घेतो; कधी ते माझ्या घरी येतात.”

“हे चालायचंच!”

“पण ह्यांना चालत नाही ना! हे नुसते मत्सरानं जळत असतात! म्हणे, त्यांच्याशी बोलायचं नाही. त्यांनी घरी आलेलं आपल्याला खपणार नाही! बायकोच्या पगाराचे पैसे हवेत; व्यवसायात अपरिहार्य नॉर्मल संबंध मात्र डोळ्यांत खुपतात!”

“शुद्ध नवरेशाही! दुसरं काय?”

''मला ताड्ताड् बोलतात. एक-दोनदा हात उगारला! मारलं नाही, पण—''

''तरी काय झालं?'' अवंतिकाबाई संतापानं थरथरू लागल्या.

''मग माझ्या मनात आलं. वाघ म्हटलं तरी चावतो, वाघ्या म्हटलं तरी चावतो, तर सरळ ह्यांच्याशी घटस्फोट घ्यावा!''

''उत्तम! अशीच ह्यांची खोडकी मोडली पाहिजे!''

''आणि बॉसशी लग्न करावं!''

''करा—करा. पण आधी घटस्फोट घ्या! चहा घेणार?''

चहा पिता-पिता अवंतिकाबाईंनी चौकशी केली, ''तुमचे बॉस काय अविवाहित आहेत?''

''नाही, ते विवाहित आहेत; पण मला घटस्फोट मिळाल्यावर तेही बायकोशी काडीमोड घेणार आहेत!''

''असं? पण मग त्यांच्या बिचाऱ्या बायकोवर हा अन्याय...''

''तसं काही नाही. तेही आपल्या बायकोला कंटाळलेत! सॉक्रेटिसच्या बायकोसारखी ढालगज आहे म्हणे ती! त्यांना जीव नकोसा करते अगदी! तूर्त ते तोंड दाबून बुक्यांचा मार सहन करताहेत. माझी सुटका झाली की—''

''छान! एकूण तुमच्याप्रमाणं तेही ज्वालामुखीच्या तोंडावर बसले आहेत म्हणा की!''

''ज्वालामुखीच्या तोंडाला तोंड देताहेत! एकदा त्यांना तुम्हांला या-संबंधी चर्चा करण्यासाठी भेटायची इच्छा आहे.''

अवंतिकाबाई उत्तरल्या, ''खरं म्हणता, पुरुषांना मी सल्ला देत नाही. पण तुमच्या घटस्फोटाशी तुमच्या बॉसचा संबंध आहे. दोन्ही घटस्फोट एकमेकांत गुंतलेले आहेत. म्हणून त्यांचा मी अपवाद करते.''

''थँक्स हं! तुमचे उपकार—''

''उपकार-बिपकार काही नाही! घटस्फोट मिळाला की पेढे आणून द्या म्हणजे झालं!''

जाताना तिच्या चेहऱ्यावरून ओसंडून जाणारा आनंद पाहून अवंतिका-बाईंना कृतकृत्य वाटलं. समाजाविषयीचं आपलं कर्तव्य पार पाडताना होणाऱ्या

आनंदाला तुलना नाही, हेच खरं!

संध्याकाळी वैकुंठराव घरी आले तेव्हा त्यांचा चेहरा अवंतिकाबाईंना खूप गंभीर वाटला. तसा तो नेहमीच असायचा. पण त्या दिवशी जणू सगळं जग प्रदूषणमय झाल्याची चिंता त्यांच्या मुद्रेवर दिसत होती.

प्रथमच ते आपण होऊन अवंतिकाबाईंशी बोलले.

"माधुरीनं मला तुला भेटायला सांगितलं आहे."

"माधुरी? कोण माधुरी?" अवंतिकाबाई 'घटस्फोटाचे शंभर फायदे' या नियोजित पुस्तकातला चौदावा फायदा लिहीत होत्या. लेखन थांबवून त्यांनी विचारलं.

"सकाळी तुला भेटून गेली ती."

"अच्छा, ती होय? पण मी तिला तसं काही सांगितलं नाही."

वैकुंठराव खाली बसले आणि बूट काढता-काढता म्हणाले, "माधुरी आज लॅबोरेटरीत भेटली, तेव्हा तसं म्हणाली."

"असं? तुमची-तिची ओळख आहे?"

"तर! 'पोल्युशन'वरलं जे प्रोजेक्ट युनिव्हर्सिटीनं माझ्याकडे सोपवलंय, त्यात ती मला मदत करते. शी इज माय असिस्टंट आय ॲम हर बॉस!"

"तुम्ही तिचे बॉस?"

"हो! आश्चर्य का वाटलं? मी कुणाचा बॉस होऊ शकत नाही की काय?"

"म्हणजे तुमच्याविषयी तिच्या नवऱ्याला मत्सर वगैरे..." वाक्य पूर्ण करायची हिंमत अवंतिकाबाईंना झाली नाही.

"हो ना! हे नवरे म्हणजे असलेच!"

"आणि काय हो, तुमची बायको झांटिपीसारखी कजाग, ढालगज काय? तुम्ही म्हणे तोंड दाबून बुक्यांचा मार सहन करताय!" संतापानं किती थरथरावं, ते अवंतिकाबाईंना कळेना.

"मग त्यात खोटं काय आहे?"

"म्हणजे तुम्ही मला घटस्फोट देऊन त्या नटमोगरीशी लग्न करणार?"

"तिचं नाव माधुरी आहे; नटमोगरी नव्हे!" वैकुंठराव शांतपणे

उद्गारले, "अवंतिके, जे सुधारत नाही ते संपवलं पाहिजे; ज्या गोष्टीला इलाज नाही ती गोष्ट समाप्त केली पाहिजे."

"वा रे वा! मी बरी समाप्त होऊ देईन! आत्ता घरी जाते तिच्या, आणि झिंज्या उपटून विचारते—"

"मला वाटतं, आता ती तुला भेटणार नाही! तुझ्या सल्ल्याप्रमाणं वकिलाकडे गेलीय ती!"

तेवढ्यात बेल वाजली.

वैकुंठरावांनी दार उघडलं. दारात दोन स्त्रिया उभ्या होत्या. एक तरुण; दुसरी मध्यमवयीन.

"अवंतिका कुलकर्णी आहेत का घरात?"

वैकुंठरावांनी होकारार्थी मान डोलावली. सोफ्यापाशी येऊन त्यांनी सांगितलं, "मला वाटतं, तुझे क्लायंट्स-"

एवढं सांगून ते आपल्या अभ्यासिकेकडे वळणार होते; पण दार आपटल्याचा एवढ्या मोठ्यानं आवाज आला की, त्यांना राहवलं नाही. ते मागं वळून शांतपणे म्हणाले, "अवंतिके, काय हे? केवढ्यांदा दार आपटलंस! आवाजाचं प्रदूषण हे सर्वांत धोकादायक, असं जपानी शास्त्रज्ञ मिनामाटा याचं संशोधन तुला ठाऊक नाही काय?"

●●●

.१०.
एस्किमो आणि रेफ्रिजरेटर

मराठी लेखकाला केवळ लेखनावर पोट भरणं शक्य नाही, या विधानात तसं काही तथ्य नाही. एखाद्या प्रतिभावंत लेखकानं तसं ठरवलं, मनापासून व नियमितपणानं लेखन केलं; तर दोन वेळा समाधानानं पोट भरून चार पैसे शिल्लकही पडायला काही हरकत नाही! आठ कोटींच्या महाराष्ट्रात पुस्तकाच्या लक्षावधी प्रती खपणार नाहीत कदाचित, पण वर्षाकाठी एक- दोन पुस्तकं लिहिली, एखादं नाटक बऱ्यापैकी चाललं तर—

तर, तसा विचार करूनच मी नोकरी सोडून सर्वस्वी लेखनाला वाहून घ्यायचं ठरवलं. खरं म्हणता, नोकरी उत्तम होती. दहा हजार पगार होता. स्वतंत्र केबिन होती. पण नोकरी खूप दगदगीची. सकाळी आठ ते संध्याकाळी चार. सूर्योदयाला घरातून निघायचं. सूर्यास्ताला घरी परतायचं! एक कथा लिहायला घेतली तर पंधरा-वीस दिवस लागायचे. कादंबरी वर्ष-दीड-वर्ष रेंगाळायची. नवं नाटक लिहायचं किती तरी दिवस मनात होतं. पण ते जमत नव्हतं. लेखकमित्र भेटले तर इंग्रजीतल्या नव्या चांगल्या पुस्तकांची नावं सांगायचे. 'अजून वाचलं नाहीस?' म्हणून आश्चर्य व्यक्त करायचे. मला तर गाजणारी मराठी पुस्तकं वाचायला वेळ नव्हता; मग इंग्रजी पुस्तकं वाचायला सवड

काढायची कशी?

तर, एक दिवस ठरवलं— बस्स. कुणाचंही ऐकायचं नाही. कसल्याही मोहाला बळी पडायचं नाही. नोकरी सोडायची! भरपूर वाचायचं—भरपूर लिहायचं! लेखकानं लेखणीचं टोक सुकू देता कामा नये. 'थांबला तो संपला' असं होऊ द्यायचं नाही. शिवाय लेखनावर मराठी साहित्यिक सुखेनैव जगू शकतो, हेही सिद्ध करायचं!

केवलरामाणींच्या केबिनमध्ये दाखल झालो. हा सिंधी म्हातारा माझा बॉस.

"सर, पुढल्या महिन्याच्या एक तारखेपासून मी ऑफिसमध्ये येणार नाही." मी सांगितलं.

"का बरं? रजा हवी? किती दिवसांची?"

"रजा हवी—पण कायमची! मला राजीनामा द्यायचाय!"

"राजीनामा?" केवलरामाणी खुर्चीतून उडालाच. "का म्हणून? दुसरी नोकरी मिळतेय?"

"नो सर!" मी त्याला माझा बेत सांगितला.

केवलरामाणी खो-खो हसायला लागला.

"लेखनावर जगणार? आर यू सिरीयस?" त्यानं विचारलं.

"यस सर, आय ॲम ऑफुली सिरीयस!"

आता आहे तेवढा गंभीर कधीच नव्हतो, असं मी ठणकावून सांगितल्यावर त्यानं हसू आवरलं. तो म्हणाला, "आम्हा सिंधी लोकांच्या डोक्यात तुमचं हे मराठी फॅड जाणं अवघड! आम्ही सिंधी म्हणजे पक्के व्यापारी न् व्यवहारी. एस्किमोला रेफ्रिजरेटर विकणारे! पण एक लक्षात ठेवा गुप्ते—असले निर्णय तडकाफडकी घेऊ नका! सुखाची नोकरी सोडून—"

"माझा निर्णय पक्का आहे!"

"हवं तर दीर्घ मुदतीची रजा घेऊन अनुभव घ्या. मग वाटलं तर राजीनामा."

"नोकरीची टांगती तलवार डोक्यावर असल्यावर मला लेखन सुचेल तर ना!"

"ठीक आहे, मर्जी तुमची!'' त्यांनी माझा हात स्नेहभरानं दाबला.

"एक सांगून ठेवतो— कधी मनात आलं तर फोन करा—मी तुमची केबिन सहा महिने बंद ठेवीन. आमच्या कचेरीचे दरवाजे सहा महिने तुमच्यासाठी—''

"तुमच्या सहकार्याबद्दल आणि सूचनेबद्दल मनापासून आभारी आहे! पुन्हा नोकरीवर येण्याची वेळ माझ्यावर येणार नाही, असं खात्रीपूर्वक सांगतो.''

"तसं झालं तर उत्तमच! पण माझ्या म्हाताऱ्याचे पिकले केस बोलताहेत. एनी वे, बेस्ट ऑफ लक!''

केवलरामाणींचा आणि अन्य सहकाऱ्यांचा निरोप घेऊन मी एकदाचा नोकरीच्या कचाट्यातून बाहेर पडलो.

आता मी स्वतंत्र झालो. सकाळी उठून चहा, स्नान उरकल्यावर बाहेर फेरी मारायची. येताना भाजीबिजी घेऊन यायची. आल्यावर लिहायला बसायचं. दुपारी भोजन व वामकुक्षी झाल्यावर पुन्हा लेखन करायचं. संध्याकाळी सौ.बरोबर फिरायला जायचं. रात्री बारापर्यंत वाचन करायचं. असा नामी आणि जंगी कार्यक्रम मी आखला.

नोकरी सोडून मी लेखनाला वाहून घेणार याची फारशी जाहिरात मी केली नव्हती. तरीपण वाळलेल्या गवतावर ठिणगी पडल्यावर आग जेवढ्या वेगानं पसरते, तेवढ्या वेगानं ही बातमी मित्रमंडळींत पसरली. मी नोकरी सोडून घरी राहू लागलो त्याच्या दुसऱ्याच दिवशी माझ्या तथाकथित हितचिंतकांचं टोळकं संध्याकाळी साडेसात-आठ वाजता घरी प्रविष्ट झालं. मी सौ.बरोबर शॉपिंग करून घरी आलो, तेव्हा चांडाळचौकडी माझी वाट पाहत बसलेली दिसली.

"या महान साहित्यिक! कुठं अनुभव गोळा करायला गेला होता वाटतं!'' रांगणेकर बोलला. सावंतवाडीचा तो—त्यामुळे वाडकरांच्या कुत्सित बोलण्याचा अर्क त्याच्या वाक्यात एकवटला होता.

"काय गुप्ते, ही कसली अवदसा आठवली तुला?'' जयंत भिसे म्हणाला, "आता लंच टाइमला लंचसाठी आम्ही कुणाच्या तोंडाकडे पाहायचं?''

भिसेचं ऑफिस माझ्या ऑफिसपासून जवळ होतं. आठवड्यातून एक-दोनदा माझ्याकडे येऊन आमच्या कँटीनमधलं लंच घ्यायची त्याची पद्धत होती.

"गुप्ते, लेखनावर जगायला तू स्वत:ला हेरॉल्ड रॉबिन्स समजतोस की ऑर्थर हॅली? दोन वर्षांतून एक बेस्टसेलर लिहिली की वैभवात लोळायला मोकळे! वाचनालयातून पुस्तकं आणून वाचणारा मराठी वाचक आणि रॉयल्टी बुडवणारे मराठी प्रकाशक—" अप्पा चिकटे उदगारला.

केयूर साठे गप्प होता. तेव्हा मीच त्याला विचारलं, "काय रे केयूर, तू का गप्प? तुला काय शिव्या द्यायच्या त्या—"

"गुप्ते, तू उत्तम निर्णय घेतलास! चांगली नोकरी सोडून देण्यात एक धाडस असतं—आव्हान असतं! ते तू स्वीकारलंस!" केयूर साठेनं या धर्तीचं भाषण पाच-दहा मिनिटं केल्यावर पुन्हा रांगणेकर ओरडला, "गुप्ते, केयूरनं तुझा स्पिरिटेड डिफेन्स केल्याबद्दल त्याला साधंसुधं पाणी पाजू नकोस, स्पिरिटेड पाणी पाज! डू यू गेट मी स्टीव्ह्!"

"समजलं रे! ड्रिंक्स हवंय ना तुम्हा लोकांना?" असं खिलाडूपणे म्हणत मी व्हिस्कीची बाटली काढली. मंडळी दहा-अकरा वाजेपर्यंत खिदळत होती. मग माझ्याकडे जेवून जाण्याचा बूट निघाला. सर्व आटोपेपर्यंत एक वाजून गेला.

सकाळी उशिरा जाग आली. रात्रीच्या जागरणामुळे दुपारही आळसात गेली. दुपारी तीनच्या सुमारास पुण्याहून अण्णा घोलपचा फोन आला.

"काय रे गुप्ते, घरीच आहे ना?"

"हो," मी घोलपचा आवाज बरोबर ओळखला. "काय म्हणतोस अण्णा?"

"उद्या डेक्कन क्वीननं येतोय मुंबईला."

"काय काम काढलंयस?"

"ऑफिसचं काम आहे. आठ दिवस हॉटेलमध्ये उतरणार होतो नेहमीसारखा. ऑफिसकडून मिळतो रोजचा भत्ता—पण म्हटलं, तू घरीच असतोस हल्ली—ही म्हणाली मी येते मुंबईला—तिनं मुंबई पाहिली नाही

चार वर्षांत—मी म्हटलं चल, गुप्तेकडे उतरू! चार-आठ दिवस मजा करू! माझं काम दोन दिवसांत संपवीन! मग बसू चकाट्या पिटीत! नाटक—सिनेमा पाहू, चैन करू!''

''पण-पण-अण्णा—'' मी क्षीण आवाजात म्हणालो.

''ठीक आहे, उद्या भेटतोय आपण—'' आणि घोलपनं फोन खाली ठेवला. झालं—पुढले आठ दिवस लेखन-वाचन बोंबललं!

दुसऱ्या दिवशी घोलप बायकोसह, इतकंच नव्हे, तर आपल्या एका मेव्हण्यालाही घेऊन आला. हा मेव्हणा वयानं वीसएक वर्षांचा होता खरा, पण त्याचं मानसिक वय बारा-तेरा वर्षांचं असावं! आमच्या हॉलमध्ये असलेला रेकॉर्डप्लेअर त्यानं आल्या-आल्या ताब्यात घेतला. रेकॉर्डप्लेअर आयुष्यात तो प्रथमच पाहत असावा! माझ्या मुलीनं आणलेल्या सिनेमातल्या चार-पाच रेकॉर्ड्स त्याने वेगळ्या काढल्या. कुमार गंधर्व, भीमसेन जोशी, किशोरी आमोणकर त्यांच्या उत्तमोत्तम रेकॉर्डसकडे त्यानं एकवार तुच्छतेचा कटाक्ष टाकून त्या पुन्हा जागच्या जागी ठेवून दिल्या आणि मग सतत आठ दिवस गृहस्थानं असा हैदोस घातला, की बस्स! त्याला ऐकायला कमी येत असावं! सकाळी उठल्यावर तो रेकॉर्ड तारस्वरात लावायचा. दुपारी, संध्याकाळी, रात्री आवाजाचा व्हॉल्युम अधिकाधिक वाढत जायचा. आमच्या घरातील सर्वांची ती हिंदी गाणी पाठ झाली. मी नकळत 'चोर लुटेरे डाकू' हे गाणं गुणगुणू लागलो, तर सौभाग्यवती बाथरूममधून 'मोहब्बत कर ले जी भर ले' किंचाळू लागली.

मेव्हणा झोपला की घोलप ''आता बोल, तुझं लेखन कसं चाललंय? काय काय लिहिणार आहेस यापुढं?'' असे फालतू प्रश्न विचारून माझ्या जखमेवर मीठ चोळायचा! तरी बरं— त्यानं माझं एकही पुस्तक वाचलेलं नव्हतं.

घोलप सपत्नीक व समेव्हणा पुण्याला परत जायचा दिवस येऊन ठेपला. मी मनातून आनंदून गेलो होतो. पण घोलपनं संध्याकाळी जाहीर केलं. आमचे मेव्हणे म्हणतात, आणखी चार दिवस राहू या.

''इश्श!—मग राहा की!'' माझ्या अगत्यशील बायकोनं सांगितलं.

"हो ना! मेव्हण्याचं ऐकलंच पाहिजे. सारी दुनिया एक तरफ, जोरू का भाई एक तरफ—असं म्हटलंच आहे कुणी तरी." — हे पुन्हा वर.

आणखी चार दिवसांनी मंडळी परत निघाली तेव्हा स्टेशनवर गाडी हलता-हलता तो मेव्हणा वाईट तोंड करून म्हणाला, "गुप्तेकाका, तुमच्याकडे चांगल्या रेकॉर्डस् नाहीत! ओ. पी. नय्यरची गाणी काय धमाल असतात! पॉप म्युझिक ऐकलंय कधी?"

"नाही." मी कबुली दिली.

"पुढल्या खेपेस येशील तोपर्यंत गुप्तेभावजी या रेकॉर्ड्स आणून ठेवतील, बरं का!" सौ. घोलप धाकट्या भावाची समजूत घालीत म्हणाल्या.

मनातल्या मनात मी या पुणेकर पाहुण्यांना कोपरापासून नमस्कार केला.

घोलपच्या प्रदीर्घ मुक्कामाचा परिणाम तो निघून गेल्यावर दोन दिवस टिकला. या दोन दिवसांत माझ्या कानात हिंदी गाण्यांचा आर्केस्ट्रा सतत घुमत होता. घरात एकदम शांतता पसरल्यामुळे सौ.ला काही सुचत नव्हतं.

एकदाचा मी यातून सावरलो आणि लेखन करायला बसलो. माझ्या डोक्यात खूप प्लॅन्स होते. एक नाटक मी मागे पुरं केलं होतं व श्याम सोनटक्के या नामवंत दिग्दर्शकाकडे दिलं होतं. त्या नाटकावर चर्चा करायला चार महिने मला सवड सापडली नव्हती. सोनटक्केला फोन करून मी त्या नाटकाबद्दल बोललो. नवीन नाटक लिहायला घेतलं. दर अंकात एक स्तंभ नियमितपणे लिहिण्यासंबंधी एका साप्ताहिकाच्या संपादकाचं पत्र आलं होतं. संपादकांना पत्र लिहून मी ते काम स्वीकारलं. मनातल्या मनात एका कादंबरीची जुळवाजुळव करू लागलो.

दोन दिवस माझं लेखन-वाचन ठरल्याप्रमाणे पार पडलं. सोनटक्केचा नाटकासंबंधी चर्चा करण्यासाठी येणार असल्याचा फोन आला, तेव्हा मनात म्हटलं— 'चला, हे नाटकही मार्गी लागणार!'

दुपारी तीन वाजता मी वामकुक्षी संपवून कोरे कागद पुढ्यात घेऊन बसलो होतो. तेवढ्यात सोनटक्के आला. आल्या-आल्या त्यानं जाहीर केलं, "तुमचं नाटक अजून वाचलं नाही—"

"अरेच्चा! मग चर्चा कसली करणार?" मी म्हटलं.

"मी जनरल डिस्कशनसाठी आलोय. थिएटर म्हणजे काय—त्याचं सामर्थ्य काय आणि मर्यादा काय याची तुम्हाला कितपत जाणीव आहे, ते पाहिल्याशिवाय तुमचं नाटक वाचण्यात अर्थ नाही."

"तेही खरंच!" मी उत्तरलो.

मग सोनटक्केनं थिएटर म्हणजे काय, हे मला सोप्या शब्दांत सांगितलं. भरतमुनीचं नाट्यशास्त्र आजच्या युगात किती पुरातन वाटतं, हे सांगून त्यानं ग्रीक रंगभूमीकडे मोहरा वळवला आणि शेक्सपिअरच्या नाटकातील उणिवा दाखवीत त्यानं शंभू मित्राच्या बंगाली रंगभूमीकडे दृष्टिक्षेप टाकला. अल्काझीच्या नाट्यशिक्षणाचं महत्त्व माझ्या मनावर बिंबवीत भालबा केळकरांची भाविक रंगभूमी म्हणजे किती थोतांड आहे यावर त्यानं झगमगीत प्रकाशझोत टाकला.

एवढं होईपर्यंत सात वाजले होते. दिवेलागण झाली होती.

चहाचा तिसरा कप बाजूला ठेवीत सोनटक्के विचारू लागला, "वाजले किती?"

"सात वाजताहेत."

"नाटककार, ड्रिंक मिळेल ना तुमच्याकडे?"

"हो, जरूर!"

"आता नको—अर्ध्या तासानं."

थिएटरच्या घनदाट जंगलातून बाहेर यायला सोनटक्केला आणखी तीन तास लागले. तोपर्यंत त्यानं तीन-चार पेग पोटात रिचवले होते.

"ठीक आहे—आता रात्री तुमचं नाटक वाचतो—उद्या दुपारी पुन्हा भेटू."

"उद्या दुपारी? उद्या नको. मी जरा कामात आहे उद्या. माझी भाची आलीय गावाहून, तिला दाखवण्याचा कार्यक्रम आहे."

"ठीक आहे—दोन-चार दिवसांनी पुन्हा बसू!" असं म्हणून ते महान दिग्दर्शक निघून गेले.

मी थाप दिलेली नव्हती. खरोखरी माझी भाची कोकणातून आली

होती. माझ्या बहिणीनं माझ्या घरी मुक्काम ठोकला होता आणि मी मोकळाच असल्यानं माझ्या मदतीनं मुलीचं लग्न जमवेपर्यंत पुन्हा कोकणात न जाण्याचा दृढनिश्चय तिनं जाहीर केला होता.

भाचीला दाखवण्याचा कार्यक्रम पार पडला. पण तो अयशस्वी झाल्यानं आणखी एक-दोन ठिकाणी चौकशीसाठी जावं लागलं. मी लिहायला बसलो की बहीण दत्त म्हणून पुढं उभी राहायची. "पुरे रे तुझं पांढऱ्यावर काळं करणं! ठाण्याला चिटणीसाकडे जाऊन ये जरा—मुलगा चांगला होतकरू आहे म्हणे" असं टुमणं लावायची. निदान हे प्रकरण लवकर संपवावं, म्हणून मी ठाण्याची फास्ट लोकल पकडी. ठाण्याहून परतेपर्यंत रात्र व्हायची. तोपर्यंत बहिणीनं आणखी चार स्थळांचा शोध केलेला असायचा.

एकदाचं भाचीचं लग्न ठरलं. ते मुंबईला दोन महिन्यांनी होणार होतं. वऱ्हाडी मंडळी आमच्या घरात उतरणार होती. बहीण मुलीसह कोकणाकडे रवाना झाली, तेव्हा मी सुटकेचा निःश्वास सोडला. आता दोन महिने निवांत लेखन करता येईल...

पाच-सहा दिवस सुखात गेले. एकदा सकाळचा बाजार करून मी घरी आलो, तर हॉलमध्ये सात-आठ लोक बसलेले. माझ्या घरावर मोर्चा कशासाठी, हे माझ्या ध्यानात येईना!

"या साहित्यिक, आपलीच वाट पाहत होतो!" एक पन्नाशीतला गृहस्थ माझं स्वागत करीत म्हणाला.

"काय काम काढलंय?"

"आम्ही या विभागातले जनता पक्षाचे कार्यकर्ते—आता निवडणुका जवळ आल्या आहेत तेव्हा—"

"जनता पक्षाला मत ना? जरूर देऊ!" मी घाईनं सांगून टाकलं.

"मत द्याल हो—पण तेवढ्यासाठी आम्ही आलो नाही! तुम्ही प्रचारात मदत करायची. आमच्या कॉर्नर मीटिंग्जमध्ये भाषणं करायची. संध्याकाळी एक-दोन तास काम—बस्स."

"पण मी का म्हणून?"

"आपण एवढे थोर साहित्यिक!"

“मी थोर साहित्यिक नाही! अहो, साहित्य सहवासात जा—तिथं खूप आहेत, थोर आहेत—”

“आम्ही जाऊन आलो ना तिथं!”

“मग? काय म्हणतात ते?”

“ते सर्व दिवसभर नोकऱ्यांत गुंतलेले आहेत—संध्याकाळी त्यांना वेळ कुठं आहे? सारे जण सरकारी नोकऱ्या करतात! त्या सर्वांनी तुमचं नाव सुचवलं!”

“पण माझं का म्हणून?”

“ते म्हणाले—साहित्यिकांपैकी रिकामे असलेले असे तुम्हीच! तुम्हीच या कामासाठी वेळ काढू शकाल! साहित्यिक हे समाजाचे—”

“ते खरं आहे पण—”

“साहित्यिकानं असली बांधिलकी मान्य केलीच पाहिजे. आपलं कर्तव्य जाणलं पाहिजे—”

मी सहकार्याचं आश्वासन देऊन आणि सात-आठ जणांना चहा पाजून वाटेला लावलं. ‘साहित्यिकाची कर्तव्यं’ या विषयावर बौद्धिक ऐकण्याची माझी तयारी नव्हती.

दरम्यान, श्याम सोनटक्के नाटकावर चर्चा करायला अधूनमधून उगवायचा. जागतिक रंगभूमी संदर्भात माझ्या नाटकाला कितपत महत्त्व (आहे किंवा मुळीच महत्त्व नाही) हे तो गहन भाषेत सांगायचा. तरीपण मराठी प्रेक्षकांसाठी यासाठी संहितेत कोणते बदल इष्ट आहेत, हे प्रत्येक ओळ वाचून मनावर बिंबवायचा. ही सर्वच प्रोसेस लांबलचक आणि कंटाळवाणी असली तरी थिएटरच्या प्रगतीसाठी कशी आवश्यक आहे, हे तो व्हिस्कीचे पेग पोटात रिचवीत स्पष्ट करायचा.

श्याम सोनटक्केनं एकदाची ती दीर्घ प्रोसेस संपवली आणि नाटक बसवायला घेतलं. माझी एकदाची सुटका झाली. संध्याकाळचा व रात्रीचा वेळ मोकळा मिळू लागला.

त्या दिवशी दुपारचा चहा घेऊन मी साप्ताहिकासाठी मजकूर लिहायला बसलो, तेवढ्यात बेल वाजली. दोन अनोळखी माणसं दारात उभी होती.

"या आत या—" मी मनाविरुद्ध त्यांचं स्वागत केलं.

"मी निर्माता आणि हे आमचे दिग्दर्शक. शान्तारामकडे होते—"

"शांतारामकडे पूर्वी—मग राजा परांजपेकडे—परवा परवापर्यंत दत्ता धर्माधिकारींकडे होतो! सर्व प्रकारचे चित्रपट दिग्दर्शित करायचा अनुभव गाठीशी आहे. विनोदी, कौटुंबिक—" दिग्दर्शक नम्रपणे म्हणाले.

"मी तुमच्यासाठी काय करू शकतो?"

"आमच्यासाठी एक सिनेमा लिहायचा! हल्ली मराठी चित्रपटांना टॅक्स परत मिळतो. म्हणून आम्ही मराठी चित्रपट काढावा म्हणतो!"

"जरूर काढा! टॅक्स परत मिळतो म्हणून तरी काढा! पण खरं सांगायचं म्हणजे, मला चित्रपटाचा अनुभव नाही!" मी म्हटलं.

"आम्ही शिकवतो की तुम्हाला!" निर्माता म्हणाला, "आमच्याकडे एक धमाल स्टोरी आहे."

"कुणाची?"

"मीच तयार केलीय! गेल्या महिन्याभरात धापंद्रा इंग्रजी सिनेमे पाहिले, चार हिंदी सिनेमे पाहिले. त्यावरनं ही बेफाट स्टोरी सुचली—ऐकता का?"

"चहा घेणार?" मी विषय बदलला.

"चहा? तो तुम्ही घ्या! तुमच्याकडे सोडा आहे?"

"सोडा? नाही पण आणवता येईल."

"पाणी चालेल!" निर्मात्याने हातातल्या छोट्या बॅगेतून छोटी बाटली बाहेर काढली. "रम आहे! मी रमशिवाय काही घेत नाही; तुमची ती व्हिस्कीबिस्की आमच्या या दिग्दर्शकाला द्या—"

मनातल्या मनात चडफडलो. पण काय करणार? सगळी व्यवस्था करणं भाग पडलं.

"निर्मातेसाहेब—मला तुम्ही यात अडकवू नका. मला पटकथा जमायची नाही." मी म्हटलं.

"आम्ही शिकवू की! आयला त्यात काय अवघड आहे? स्टोरी आहे—गाणी लिहून तयार आहेत—तुम्ही फक्त संवाद लिहायचे." सोनटक्के

म्हणाले, "तुमच्यापाशी बक्कळ वेळ आहे—आणखी कुणाच्या नादाला लागण्यापेक्षा—"

आणि मग निर्मात्यानं आपली ती धमाल आणि बेफाट स्टोरी सांगायला सुरुवात केली. दिग्दर्शक माना डोलवीत निर्मात्याला साथ देऊ लागला.

अकरा वाजले, बारा वाजले; बायको बिचारी ताटकळत होती. मग बारानंतर मंडळींनी आमच्याकडे जेवून जायचा बेत जाहीर केला. त्यानंतर स्वयंपाक होईपर्यंत आणखी ड्रिंक्स—

जेवण झाल्यावर बॅगेतून तंबाखूचे पान काढून ते चघळीत निर्माते म्हणाले, "बेत छान झाला! लेखकमहाराज, आता आणखी प्रोड्यूसर तुमच्याकडे यायला लागतील."

"का म्हणून?" मी घाबरून विचारलं.

"अहो, टॅक्स परत मिळतोय. जो तो उठतोय, सिनेमा काढतोय-"

"काढू दे की! पण असा ताप का मला?"

"-त्यांना कुणीतरी रिकामटेकडा—म्हणजे आपलं ज्याला बक्कळ वेळ आहे, तुमच्यासारखा लेखक हवाय! स्टोरी तयार असते—गाणी, नाच सगळं तयार! तुम्ही डायलॉग लिहायचे! आयला, त्यात अवघड काय? आम्हीसुद्धा लिहिले असते—पण आमचं व्याकरण कच्चं! तुम्ही व्याकरण जाणणारे—चार शुद्ध वाक्यं लिहिली की बास! आहे काय, नाही काय!"

"हो ना!" दिग्दर्शकांनी मान हलवली. "तर, आम्ही तुम्हाला रिझर्व्ह केलं! हे घ्या एकशे एक रुपये—ॲडव्हान्स! उद्या परवा कुणी प्रोड्युसर आला तर त्याला बाहेरचा रस्ता दाखवायचा! आम्ही कधीही आलो, तर दार उघडायचं! माझी रमची बाटली असतेच माझ्या बॅगेत. तुम्ही सोड्याची व्यवस्था करायची. पाणीसुद्धा चालेल म्हणा—"

मंडळी गेल्यावर मी घड्याळात पाहिलं. दोन वाजून गेले होते!

सकाळी नऊला जाग आली. उठल्या-उठल्या फोनचा नंबर फिरवला.

"गुड मॉर्निंग—गुप्ते हिअर—" मी म्हटलं.

"वा! काय मिस्टर गुप्ते, तुमचा प्लॅन कसा काय चाललाय?" केवलरामाणी फोनवर होते.

"आमची योजना ढासळली—भारताच्या पंचवार्षिक योजनेप्रमाणं!"

"का हो, झालं काय?"

"ते मग सविस्तर सांगतो! उद्या आलो, तर नोकरीवर घ्याल ना परत?"

"का नाही? व्हाय नॉट? तुमची केबिन अजून बंद आहे मिस्टर गुप्ते! आज उघडी करून झाडून ठेवायला सांगतो—"

"थॅन्क यू सर—थॅन्क यू व्हेरी मच सर!"

"वेलकम! मला खात्री होती गुप्ते—गोष्टी लिहून कुणाचे पोट भरते काय? मग सगळ्यांनीच लिहिल्या असत्या गोष्टी! व्यवहार सर्वांत महत्त्वाचा. एस्किमोला रेफ्रिजरेटर विकता आला पाहिजे! काय, खरं की नाही?"

● ● ●

•११•

नेपोलियननंतर तुम्हीच!

पार्टी ऐन रंगात आली होती. सोड्यांच्या बाटल्या फसफसत होत्या. रिकाम्या झालेल्या व्हिस्कीच्या बाटलीत पेटती काडी घालून मौज पाहण्याचा प्रकार प्रारंभी अर्ध्या-पाऊण तासाच्या अंतरानं घडत होता. आता तो अधिक झपाट्यानं घडून येऊ लागला. खाऱ्या काजूच्या, उकडलेल्या अंड्यांच्या, चीजच्या तुकड्यांच्या भरलेल्या बशा रिकाम्या होत होत्या. गप्पांना रंग चढला होता.

समोरच्या ग्लासात बर्फाचे तुकडे टाकत आमचा दोस्त फकीर महंमद म्हणाला, ''अब जरा शेर सुनिये जनाब—''

सगळे जनाब सरसावून बसले.

हम आह भी भरते हैं तो हो जाते है बदनाम
वो कत्ल भी करते तो चर्चा नहीं होता!

शांतपणे एका मागोमाग व्हिस्कीचे प्याले पोटात रिचविणारा साठीतला एक अनोळखी माणूस पुढं सरसावला. आज मी त्याला प्रथमच पार्टीत पाहत होतो.

''अरे, ये शेर कुछ भी नहीं। मेरा शेर सुनिये—
हम कितने बदनसीब हैं जानते हो?
हम कफन बेचने लगते है तो लोग मरना छोड देते हैं।''

“वा! क्या बात है।”

आम्ही सर्वांनी उत्स्फूर्त दाद दिली. मग काय, शेरावर शेर! ‘बहोत खूब’, ‘तोबा तोबा!’ला ऊत! मद्य पोटात गेलं की बोलायला राष्ट्रभाषेशिवाय दुसरी भाषा नाही! अरे! क्या उसकी मिजाज! जवाब नहीं!

आणि एकाएकी तो साठीतला तरुण उभा राहिला.

“अकरा वाजले?”

“वाजले असतील! आता तर महफिल जमू लागलीय!” कुणी तरी म्हणालं.

“मला गेलंच पाहिजे!”

“जाशील रे गोपाळ, सकाळ व्हायला खूप अवकाश आहे! तरुण आहे रात्र अजुनी!” आमचे होस्ट बोलले.

“नाही—बारा वाजले की दिवस संपला. नवा दिवस, नवी तारीख.”

“मग? तुला कुठं जायचंय आता?”

“पंधरा मिनिटांत बांद्रा! माला सिन्हाचा वाढदिवस आहे. गेलो नाही तर रुसेल माझ्यावर!”

“कोण, माला सिन्हा?” मी प्रश्न केला.

“माला सिन्हा म्हणजे एक सिनेमा नटी!” फकीर महंमद लहान बालकाचं शंकासमाधान करावं तशा सुरात म्हणाला.

“ती ठाऊक आहे रे, पण हे त्याच नटीविषयी बोलताहेत काय?” मी विचारलं.

“अर्थात! गोपाळ नांदेडकर सगळ्या नट्यांचा जानी दोस्त.”

“जाऊ दे मला! मी गेलो नाही तर माला बोलणार नाही माझ्याशी उद्यापासून!” गोपाळ नांदेडकर म्हणाला.

वर्णानं ठार काळा, मस्तकावर टकलाचा चांदवा, कानशिलावर पांढुरके केस, जाड भिंगाचा चष्मा, कॉलर चुरगाळलेली—अशा वर्णनाचा कोणताही माणूस आपल्या बर्थ डेला आला नाही म्हणून एखादी सिनेमा नटी त्याच्यावर रुसेल, हे मला खरं वाटेना! मी म्हटलं, “नांदेडकरसाहेब, तुम्हाला खरंच बर्थडे पार्टीला जायचं आहे?”

"त्याशिवाय भरल्या मैफलीतून.''

"मी येऊ तुमच्याबरोबर?'' माझा प्रश्न तसा अप्रस्तुत होता. शिष्टाचाराला सोडून होता. पण चार पेले पोटात रिचविल्यावर शिष्टाचारको मारो गोली! मला त्या गृहस्थाची फिरकी घ्यायची होती. त्याला एक्सपोज करायचं होतं.

"जरूर. मलाही कंपनी हवीच होती!'' आणि माझा परिचय नसूनही त्यानं सलगीनं माझ्या खांद्यावर हात टाकला आणि मनातून वरमलो तरी वरून तसं न दाखवता मीही त्यांच्याबरोबर निघालो.

आम्ही बांद्र्याला पाली हिलपाशी टॅक्सीनं आलो. एका सजवलेल्या बंगल्यात शिरलो आणि खरंच! गोपाळ नांदेडकरांना पाहून ती सुप्रसिद्ध नटी धावत पुढं आली. तिनं नांदेडकरांचे हात घट्ट धरले. नांदेडकरांनी तिच्या गालाचे चिमटे घेतले. तिच्या केसांवरून हात फिरवला.

आणि मग नांदेडकर जे गर्दीत हरवले, ते बराच वेळ सापडलेच नाहीत! मी एका बाजूला बसून त्यांना न्याहाळत होतो.

"क्या गोपाल, कितनी देर?''

"कितना इंतजार किया तुम्हारा!''

"लो, अब पार्टीको मजा आ गयी!''

हिंदी चित्रपटसृष्टीतले गाजलेले बुजुर्ग कलाकार नांदेडकरांचं स्वागत करत होते आणि प्रत्येकाची चौकशी करीत कुणाच्या खांद्यावर हात ठेवीत, कुणाचे गालगुच्चे घेत, कुणाच्या गालाचा मुका घेत नांदेडकर प्रसन्न मुद्रेनं फिरत होते.

पहाटे चार वाजता आम्ही निघालो. एका बड्या नटानं आपल्या कारनं नांदेडकरांना घरी पोचवण्याची व्यवस्था केली. त्यांच्याबरोबर गाडीत बसताना मी म्हणालो,

"कमाल आहे तुमची नांदेडकरसाहेब!''

"कमाल वगैरे काही नाही! आणि हे पाहा प्रोफेसर, मला नांदेडकरसाहेब म्हणू नका— दचकायला होतं!''

"मग काय म्हणू?''

"नुसतं गोपाळ! छान वाटतं! सगळे मित्र मला गोपाळ म्हणतात.

हिंदीवाले गोपाल! साल्यांना ळ म्हणता येत नाही! खैर जाने दो! आप भी मुझे गोपाल या गोपाळ पुकारना! आप मेरे दोस्त बन गये आजसे!''

आणि त्या दिवशी आमची जी दोस्ती जमली, ती कायमचीच!

गोपाळ जातीनं हरिजन. मराठवाडा भागातला. त्यामुळे उर्दू जबानशी उत्तम जानपहचान. चित्रपट-छायाचित्रकार हा त्याचा व्यवसाय. तसे छायाचित्रकार चित्रसृष्टीत ढीगभर आहेत. पण गोपाळला नटनट्यांकडून मिळणारी ट्रीटमेंट विशेष प्रकारची. इतरांच्या वाट्याला सहजासहजी येणार नाही, अशी.

एकदा लोकलच्या गर्दीत धापा टाकत उभा होता. मी वरच्या रबरी पट्ट्याला घट्ट धरून उभा होतो. दादर स्टेशनवर गर्दी कमी झाली, तेव्हा घामाघूम झालेला गोपाळ दिसला.

''अरे वा प्रोफेसर, बरे भेटलात! चला माझ्याबरोबर.''

''कुठं?''

''अरे, चला तरी! कुठं ते मग सांगतो. वांद्र्याला उतरायचं.''

''मी म्हटलं, आज कुणाचा बर्थ डे आहे की काय?''

''तसे रोजच बर्थ डे असतात. सिनेमासृष्टीत बर्थ डे, लग्न जमलं म्हणून किंवा लग्न मोडलं म्हणून, आपलं पिक्चर गाजलं म्हणून किंवा दुसऱ्याचं पिक्चर पडलं म्हणून रोजच पार्ट्या! तसं खास काही निमित्त लागत नाही पार्टीला! आज मला तीन ठिकाणी आमंत्रणं आहेत. पण आता चाललोय ते वेगळ्या कामासाठी.''

मला सवड होती. वांद्र्याला उतरून आम्ही टॅक्सी केली. सरळ मीनाकुमारीचं घर.

''अरे गोपाल, आज हमपर इतनी मेहेरबानी क्यूँ? क्यूँ याद किया?'' मीनाकुमारी प्रसन्न मुद्रेनं म्हणाली. हे म्हणताना गोपाळचे दोन्ही हात तिनं हातात घेतले.

गोपाळनं आपलं काम तिला सांगितलं. हिंदी सिनेमातला एक जुना चरित्र अभिनेता अगदी विपन्नावस्थेत होता. रोजच्या जेवणाची भ्रांत होती. त्याच्यासाठी आर्थिक मदत द्यावी म्हणून गोपाळ तिला विनवणी करत होता.

''तुम्हाला कधी नाही म्हटलंय मी?'' ती तिच्या सुप्रसिद्ध किणकिणत्या

आवाजात खळखळून हसली. ''किती देऊ?''

''तुला किती योग्य वाटतील तितके.''

''तुम्ही आकडा सांगा.''

''तूर्त पाच हजार तरी.''

''दिले!'' तिनं तो विषय संपवला! ''अब कुछ शेर-शायरी बोलिये! नया कुछ सुना?''

आणि मग दोन-अडीच तास दोघांची शायरी चालली होती. मी फक्त श्रोत्याची भूमिका बजावत होतो.

आम्ही निघालो तेव्हा तिनं आत जाऊन पाच हजारांच्या नोटा आणून गोपाळच्या हवाली केल्या.

बाहेर आल्यावर मी म्हटलं, ''आता कुठल्या पार्टीला?''

''छे, आज पार्टीबिर्टी कुछ नहीं! आधी मला पैसे त्याच्या घरी नेऊन दिले पाहिजेत! सायन कोळीवाड्याजवळ राहतो तो! बिचाऱ्याच्या घरी आज दिवाळी साजरी होईल!'' गोपाळचा चेहरा आत्ताच उजळला होता. स्वखर्चानं टॅक्सी करून तो कोळीवाड्याकडे निघून गेला.

त्यानंतर गोपाळ मला दिसला तो एका अनपेक्षित ठिकाणी. ध्यानीमनी नसताना आणि तिथं मी-मी म्हणणाऱ्या अनेक विद्वानांना त्यानं भुईसपाट केलं.

नागपाडा भागात 'साबुसिद्दिकी हॉल'मध्ये 'सेक्युलर सोसायटी'ची सभा होती. जातीजमातीत दिलजमाई करण्यासाठी महाराष्ट्रातील शे-पन्नास बुद्धिवंत एकत्र जमले होते. चार भाषणं ठोकून परिसंवाद घडवून आणून समाजात 'धर्मातीत' प्रवृत्ती रुजवू पाहत होते.

परिसंवादाचं उदघाटन करून मंत्री निघून गेले आणि विद्वानांची भाषणं सुरू झाली. हिंदू-मुस्लिम जमाती जवळ येण्यासाठी, त्यांच्यात 'भावनात्मक एकात्मता' निर्माण होण्यासाठी काय काय करता येईल यावर अनेक रथी-महारथी उपाय सुचवू लागले.

श्रोत्यांच्या गर्दीत बसलेला गोपाळ पुढं आला. तो आल्याचं मी पाहिलेलं नव्हतं. अध्यक्षांच्या परवानगीनं त्यानं माईक ताब्यात घेतला आणि फर्ड्या इंग्रजीत अर्धा तास अस्खलित भाषण ठोकलं. ''अरे, हिंदू-मुस्लिम

ऐक्य कसलं करता? आधी तुमच्या हरिजनबांधवांना जवळ घ्या! स्वतःच्या पायाखाली काय जळतंय, ते पाहा! आधी सारा हिंदू समाज एकत्र येऊ दे, मग धर्मातीत समाज कसा निर्माण करायचा ते पाहू!'' अशा आशयाचं गोपाळ बोलला. लाह्या फुटाव्यात तसं त्याचं वक्तृत्व.

भाषण संपवून तो व्यासपीठावरून खाली उतरला आणि कडाडून टाळया. परिसंवादातली हवाच त्यानं काढून घेतली होती. आयोजकांनी घाईघाईनं परिसंवाद आटोपता घेतला.

सभा संपल्यावर मी गोपाळला भेटून त्याचं मनःपूर्वक अभिनंदन केलं. ''काय तुमचं फर्ड इंग्रजी! वा!'क्ष मी म्हणालो.

''हॅं! कसलं माझं इंग्रजी घेऊन बसलात? माझं शिक्षण म्हणजे पाचवी नापास!'' मग तो गडबडीनं उद्गारला, ''मला फेमस स्टुडिओत पोचायचं आहे अर्ध्या तासात. हृषीकेशच्या नव्या पिक्चरचा मुहूर्त आहे!''

गळ्यातला कॅमेरा सावरीत त्यानं समोरच्या बसमध्ये उडी घेतली.

गोपाळ धूमकेतूसारखा अचानक उगवायचा, गेला की महिनोन्महिने दिसायचा नाही. माझा व्यवसाय वेगळा, त्याचा वेगळा. त्यामुळे नेहमी भेटण्याची शक्यता कमीच.

असाच एक दिवस फूटपाथवर भेटला.

दादरला कॅडेल रोडवरून मी चाललो होतो. शिवाजी पार्क चौपाटीकडून गोपाळ एकटाच येत असलेला दिसला. नेहमीपेक्षा नूर वेगळा. चेहरा विमनस्क म्हणतात तसा.

''काय गोपाळ? असे एकटे-एकटे काय भटकताय?'' मी त्याला म्हटलं.

तो दचकला आणि मला पाहून दिलखुलासपणे म्हणाला, ''यार, तुम मिले, अच्छा हुआ! चला, मला कंपनी द्या.''

''आता कुठं आणि?''

''समोरच्या हॉटेलात परमिट रूम आहे! बसू तास-अर्धा तास.''

कोपऱ्यातलं टेबल निवडून आम्ही दोघं बसलो.

मी आधीच सांगून टाकलं, "मी एखाद दुसरा पेग घेईन—तुम्ही तुमच्या तब्येतीनं, तुमच्या स्पीडनं घ्या!" पार्टीच्या वेळी गोपाळची 'कपॅसिटी' पाहिली होती. त्याच्या जवळपास पोचणं माझ्या आवाक्याबाहेरचं काम होतं.

"कसली तब्येत आणि कसलं स्पीड? आता आमचं वय झालं दोस्त! आता पाच-सहा पेग म्हणजे शिकस्त! वीस वर्षांपूर्वी आमचा एक मित्र एका फिल्म मॅगेझिनचा संपादक झाला. पार्शी मित्र. अजून तो संपादक आहे हं! त्यानं घरी पार्टी दिली. संध्याकाळी सहापासून रात्री एकपर्यंत पीत होतो. किती पेग प्यायलो असेन?"

"कुणास ठाऊक?"

"अंदाज करा."

"दहा-बारा पेग."

"छे! मी छत्तीस पेग प्यायलो! संपादकाची बायको म्हणाली, गोपाल मैं गीन रही हूँ! थर्टीसिक्स पेग्ज हुअे! मी म्हटलं, आणखी चार पिऊन राऊंड फिगर करतो! दोनअडीच वाजता घरी निघालो. संपादकानं गाडी दिली घरी जायला!"

छत्तीस पेग? मला खरं वाटेना! पण गोपाळच्या बाबतीत काहीही शक्य होतं!

"खैर—शराब की बात छोडो!" समोरचा ग्लास तोंडाला लावून गोपाळ बोलला. दोन पेग संपवीपर्यंत गोपाळ स्तब्ध बसून होता. पुन्हा त्याचा चेहरा विमनस्क दिसू लागला!

"गोपाळ, आज काही तरी विशेष घडलंय! हो ना?" मी विचारलं.

"आज नहीं दोस्त, बरोबर सतरा वर्षांपूर्वी! हा दिवस मी दर वर्षी पाळतो! या दिवशी काही काम करायचं नाही, नुसती व्हिस्की प्यायची न् तिच्या आठवणी काढायच्या!

नही आती तो याद उनकी महिनोतक नहीं आती ।
मगर जब याद आते है तो अक्सर याद आते है ॥

"बहोत खूब! पण ती कोण?" एके काळी नायिका म्हणून गाजलेल्या स्वप्नाळू डोळ्यांच्या एका नटीचं त्यानं नाव घेतलं. "तवाईफची लडकी

माझ्या प्रेमात पडली! मला म्हणाली, शादी कर! मला बायको, चार मुलं—
त्यांना सोडून कसं जाणार मी? लग्नाशिवाय माझ्यापाशी राहिली, दोन वर्षं
राहिली. वेगळ्या फ्लॅटमध्ये राहत होती. मला म्हणायची, इस्लाम धर्म
स्वीकार; मग माझ्याशी दुसरी शादी करता येईल! मी नाकारलं. दोस्त, काही
झालं तरी हिंदूधर्म आपला धर्म! आपण हरिजन. हिंदू धर्मानं आम्हाला लाथा
घातल्या, पायाखाली तुडवलं. पण मनावर राम-सीतेचे, कृष्ण-पांडवांचे
संस्कार झालेले! गालिबचे शेर जसे पाठ, तशी गीता-ज्ञानेश्वरी पाठ! तुकोबा
आमचे दैवत! कंटाळून सोडून गेली यार! फिल्ममध्ये डायलॉग लिहिणाऱ्याशी
शादी केली! सतरा वर्षांपूर्वी याच दिवशी तिनं निरोप घेतला. दोन दिवस
माझ्या मिठीत सतत रडत होती! तिला अजून नाही विसरलो.आजचा दिवस
तर...!'' गोपाळनं घटाघटा ग्लास संपवला व उसासा टाकून तो म्हणाला,
''तुम क्या जाने तुम्हारी यादमें हम कितना रोये! ठाऊक आहे ना हे गाणं?
फिल्मी गीत आहे, पण चांगलं आहे!''

गोपाळ तिच्या आठवणी दोन तास सांगत होता आणि मी मुकाट्यानं
ऐकत होतो.

गोपाळ त्यानंतर सहा महिने कुठं दिसला नाही.

मी ज्या संस्थेत काम करत होतो, त्या संस्थेमध्ये एक समारंभ होता.
मुख्यमंत्री आणि अर्थमंत्री त्यानिमित्तानं संस्थेला भेट देणार होते. मंत्री महाशयांची
वाट पाहत आम्ही काही मंडळी दरवाज्यापाशी उभे होतो. तेवढ्यात ध्यानीमनी
नसताना गोपाळची स्वारी टपकली!

''अरेच्या! तुम्ही इकडे कुठं?'' मी त्याचं स्वागत केलं.

''काय करू दोस्त—मुख्यमंत्र्यांना फोन केला सकाळी, तर त्यांनी
इथं बोलावलं मला-''

''काय काम काढलंय?''

''फंड उभारतोय.''

''कुणासाठी?''

''तुम्हाला ठाऊक असेल, परवा हीरोच्या डमीचं काम करणारा

अपघात होऊन मेला! त्याची बायको-मुलं उघड्यावर पडली.''

"डमी?''

"वा दोस्त! तुम्ही मास्तरलोक—तुम्हाला डमी-बिमी काय माहीत असणार म्हणा! तुम्ही सारे पडद्यावरल्या हीरोच्या पराक्रमाला टाळ्या देता. सात मजल्यावरून उडी टाकली म्हणून, हेलिकॉप्टरला लोंबकळला म्हणून, डोंगराच्या कड्यावरून कोसळला म्हणून! पण ही कामं कोण करतो? दहा लाख घेणारा हीरो नाही; दहा रुपये घेणारा डमी—हीरोचा डमी! गेल्या वर्षभरात असे चार डमी मेले, दोन डमी निकामी झाले.'' मला ही माहिती नवी होती. मी ऐकत राहिलो.

"मग ठरवलं—त्यांच्यासाठी, त्यांच्या फॅमिलीसाठी महिनाभरात दहा लाख गोळा करायचे! जर्मनीचा दौरा कॅन्सल केला.''

"जर्मनीचा दौरा?''

"हूं! बर्लिनला फिल्म फेस्टिव्हल होतं. त्या फेस्टिव्हलचं आमंत्रण होतं! म्हटलं, ह्या खेपेला नाही. आता काही नावीन्यही राहिलेलं नाही परदेशी प्रवासात!''

"किती वेळा गेलाय परदेशांना?''

"ऱ्होडेशिया आणि दक्षिण आफ्रिका सोडून जगातले सगळे देश पाहिले. एकदा नव्हे, तीन-चारदा!''

"वा! मजा आहे तुमची! आमचा परदेश प्रवास म्हणजे काय— गोवा मुक्त होण्यापूर्वी आम्ही गोवा म्हणजे परदेश मानायचो! पासपोर्ट, व्हिसा वगैरे कटकटी करून तिथं जायचो! गोवा मुक्त झाला तसा आमच्या कुंडलीतला परदेश प्रवास संपला!''

"मजा वगैरे काही नाही! सगळे देश पाहिले, पण आपल्या देशासारखा दुसरा देश जगात नाही!''

"एवढं कळायला तरी परदेशी जायला पाहिजे ना?''—माझा मध्यमवर्गीय दृष्टिकोन.

"बाकी मजा कधी आली सांगू? लॉरेन्स ऑलिव्हिएशी 'हॅम्लेट'वर चर्चा करताना! रोममध्ये डिसिका भेटला, त्याच्याशी 'बायसिकल थिफ'वर

गप्पा मारताना आणि—''

''आणि काय?''

''एलिझाबेथ टेलरच्या निमुळत्या कमरेभोवती हात घालून बारा वर्षांपूर्वी फॉक्सट्रॉट नाचलो, तेव्हा!''

''लॉरेन्स ऑलिव्हिए, डिसिका आणि एलिझाबेथ टेलर! गोपाळ, नेपोलियननंतर तुम्हीच!'' मी गोपाळच्या पाठीवर हात मारून ओरडलो.

''नेपोलियननंतर मीच? म्हणजे काय?''

''तुम्हीही आपल्या शब्दकोशातून 'अशक्य' शब्द काढून टाकलेला दिसतोय!''

''ओऽ ये बात!'' गोपाळ दिलखुलास हसला.

''गोपाळ, माझी खात्री झाली आहे—तुम ऐसे इन्सान हो—कफन बेचना शुरू करे तो लोग जीना छोड देंगे... पटापट मर जायेंगे!''

गोपाळनं लवून कुर्निसात केला आणि म्हटलं, ''आप जैसे लोगों की मेहेरबानी!''

तेवढ्यात मंत्रीद्वय समोरून आले. गोपाळला पाहताच मुख्यमंत्री पुढे झाले आणि त्याच्या खांद्यावर हात ठेवून म्हणाले, ''काय गोपाळजी—या खेपेला काय काम काढलंत?''

इस्त्री नसलेल्या शर्टाच्या चुरगळलेल्या खांद्यावर अडकवलेली शबनम पिशवी सावरीत मुख्यमंत्र्यांसह गोपाळ व्यासपीठाकडे जाऊ लागला.

● ● ●

.१२.
मराठी लेखिका – चिता आणि समाधी

: १ :

प्रिय वृंदा,

मुद्दाम तुला पत्र लिहिण्याचं कारण म्हणजे अमरावतीचे विद्वान व व्यासंगी (!) प्राध्यापक दिनकर घाटपांडे मुंबईला व्याख्यानासाठी येणार आहेत, असे आताच वृत्तपत्रात वाचलं. व्याख्यानाला अजून महिनाभर अवकाश आहे, पण आपल्याला आतापासूनच तयारीला लागलं पाहिजे.

तू विचारशील, कसली तयारी?

दिनकर घाटपांडे यांनी 'मराठी लेखिका : चिता आणि समाधी' हे चोपडं लिहून आपणा तमाम लेखिकांचा उपमर्द केला आहे, हे एव्हाना तुझ्या ध्यानात आलंच असेल. त्यांचा जाहीर निषेध करण्यासाठी आपण सर्व लेखिकांनी कमरेला पदर बांधून सिद्ध झालं पाहिजे. मुंबईला यांच्या सभेत आपण हजर राहून त्यांना काळी निशाणं दाखवू आणि सर्व लेखिकांतर्फे त्यांना एक ओव्याचं पोतं नजर करू. त्यामुळे तरी त्यांची पोटदुखी थांबेल! कॉलेजमध्ये असताना हे घाटपांडे कथा लिहायचे. कॉलेजच्या नियतकालिकांत त्यांच्या कथा प्रसिद्ध झाल्या आहेत. कादंबरीकार असलेल्या एका प्रकाशिकेने त्यांनी लिहिलेली पहिली कादंबरी

साभार परत पाठवली. तेव्हापासून घाटपांडे सर्व लेखिकांवर खार खाऊन आहेत. ललित लेखन जमत नाही म्हणून समीक्षक व्हायचं, ही मराठी समीक्षकांची परंपरा त्यांनी सुरू ठेवली आहे!

माझ्या सत्तावीस कादंबऱ्यांवर घाटपांडे यांनी सत्तावीस ओळीसुद्धा लिहू नयेत याचं मला राहून-राहून नवल वाटतं. पाच वर्षांत सत्तावीस कादंबऱ्या लिहिणं, ही साधीसुधी गोष्ट नाही! अनेक पुरुषलेखक पाच वर्षांत सत्तावीस कथासुद्धा लिहू शकणार नाहीत. परवा मला 'साहित्य परिषदेत' एक लेखक भेटले. ते म्हणे, वर्षाला अडीच कथा लिहितात! अशानं मराठी साहित्य समृद्ध कसं होणार?

तुमच्या कॉलनीत मराठीच्या प्राध्यापिका व समीक्षक तारा देवधर राहतात ना? घाटपांडेंची सभा आटोपली (आपल्या गोंधळामुळे उधळली गेली) म्हणजे प्रा. तारा देवधर यांच्या अध्यक्षतेखाली आपण वेगळी सभा घेऊ व पुरुषलेखकांचे वाभाडे काढून घाटपांडेंना जबरदस्त जबाब देऊ! खरं म्हणता, आपल्यासारख्या लोकप्रिय लेखिकांच्या सभेचं अध्यक्षस्थान स्वीकारण्याइतकी ताराबाईंची लायकी नाही! परंतु 'लौकिक जीवनाच्या मूलस्त्रोताचा मूलगामी वेध', 'सर्वस्पर्शी जीवनानुभव' यांसारखे जडजंबाल शब्द त्या प्राध्यापिका असल्यानं सहज पेलू शकतील! दुसरं म्हणजे, मागं मी एका हिंदी चित्रपटात जोरदार वाक्य ऐकलं होतं—'लोहा लोहेको काटता है!' तेव्हा मराठीच्या प्रा.ना शह द्यायला मराठीची प्रा. बरी नाही का? तर, तू त्यांना भेट व त्यांची संमती मिळव.

वास्तविक, या कामासाठी मी स्वत: येणार होते. पण 'जाऊबाई' मासिकाच्या दिवाळी अंकासाठी मी माझी अठ्ठाविसावी कादंबरी 'दमले रे! थकले रे!' लिहिण्यात गुंतले आहे. संसार करून दमलेल्या एका प्रौढ गृहिणीच्या आयुष्यात तिचा बालमित्र येतो आणि तिचं उबदार घरट्यातलं जीवन उद्ध्वस्त होतं. अशी ही हृदयस्पर्शी कथा आहे, तू सध्या काय लिहिलं आहेस? तीन वर्षांत अठरा कादंबऱ्या लिहिल्यास; तू माझ्यापुढचा पल्ला गाठलास. मी माजघरापर्यंत थांबले, तू शेजघरात पोचलीस. तुझी प्रगती खरीखुरी कौतुकास्पद आहे.

प्रा. तारा देवधरना विचारून कळव. घाटपांडेंनी दुखवलेल्या अन्य लेखिकांना भेटून निषेधाची योजना सांग.

तुझी,
सौ. कांता दातार.

: २ :

प्रिय सौ. कांताबाई,

काल एकूण आठ पत्रं आली. सात वाचकांची खुषीपत्रं व आठवं तुमचं. प्रथम खुशीपत्र म्हणून वाचायला घेतलं. मग मजकूर वाचून मीही क्षुब्ध झाले. प्रा. घाटपांडेंचा नक्षा उतरवलाच पाहिजे यात शंका नाही!

प्रा. तारा देवधर यांच्याकडे गेले. प्रा. घाटपांडे म्हणतात त्यात चूक काय आहे, असं त्या मला विचारू लागल्या. मी म्हटलं, हा साऱ्या स्त्रीजातीच्या अस्मितेचा प्रश्न आहे! त्या म्हणाल्या, मला तसं वाटत नाही. बहुतेक लेखिकांचं अनुभवविश्व थिटं आहे. 'स्त्री'चा खोल शोध घेण्याची कुवत त्यांच्यात नाही, असं काही तरी बडबडत होत्या. मी रागानं उठून आले. त्यांच्या नकाराचा खोल शोध घेतला, तेव्हा त्यांचा 'मराठी कादंबरीत दिसणारं दीर-वैनीचं प्रेम' हा पीएच. डी. चा प्रबंध तपासण्यासाठी प्रा. घाटपांडे यांच्याकडे गेला आहे, असं समजलं. एकंदरीत, निषेध सभेचं अध्यक्षपद स्वीकारण्याच्या मार्गात त्यांचा 'स्व' आडवा येतो, असं दिसतं!

मला ताराबाईंचं आश्चर्य वाटत नाही. पण रत्ना बेलसरे? तूसुद्धा ब्रूटस? परवा क्लबात भेटली तेव्हा तिनं तुम्हांला किती नावं ठेवावीत? म्हणाली- कांता दातार कंटाळवाणं आणि परिणामशून्य लेखन करत असतात! आणि हे कुणी म्हणावं? रत्ना बेलसरेनं? प्रा. घाटपांडेंनी आपल्या चोपड्यात तिच्या चितेत दहा वीस लाकडं खुपसलेली असताना? तिच्या कथा किती उथळ, टोक नसलेल्या, भावविवश असतात, हे घाटपांडेंनी अचूकपणे सांगितलं आहे. त्यासाठी पान ४३ ते ४५ अख्खी दोन पानं खर्ची घातली आहेत. (वास्तविक, दोन ओळींत भागलं असतं. दोन पानं लिहिण्याइतकं तिला महत्त्व देण्याचं कारण नव्हतं. तुमच्या वाट्याला पंधरा ओळी आणि

तिच्या वाट्याला दोन पानं—हा तुमच्यावर अन्याय आहे, असं मला वाटतं!)

बेलसरेबरोबर मंदाकिनी कोटणीस होती. तिला बिचारीला घाटपांडेंनी अनुल्लेखानं मारलंय. बेलसरे म्हणाली, ''कांता दातार आता संपल्या आहेत.'' त्यावर कोटणीस म्हणाली, ''त्या सुरू कधी झाल्या होत्या?'' मला म्हणाली, ''वृंदाबाई, तुमच्या कादंबऱ्या खूपच वाचनीय असतात. वाचनालयात तुमच्या पुस्तकांना खूप मागणी असते. कांता दातार हातात धरवत नाहीत!'' तिचं मत ऐकून माझ्या एका डोळ्यात हासू, एका डोळ्यात आसू! तुमच्यावर दोघींनी—विशेषतः कोटणीसनं इतका प्रखर हल्ला करायला नको होता.

मी 'ही बहु चपळ वारांगना' लिहिते आहे. वेश्येच्या जीवनावरील ही विदारक कादंबरी आहे. शरीरभोगाची वर्णनं मी स्पष्ट, मोकळ्या शब्दांत केली आहेत. वेश्येला जाणवणारं दुःख स्त्रियाच उमजू शकणार! पुढली कादंबरी रेपवर लिहिणार आहे. आज स्त्रियांवर असंख्य बलात्कार होत आहेत. रेप झालेली मुलगी लग्न करते. पण रेपमुळे ती आधीच गरोदर असते. तिच्या मनाची प्रचंड उलघाल होते. तिला मुलगा होतो. तो जेव्हा प्रथम बोलू लागतो, तेव्हा तिच्या नवऱ्याला 'बाबा' अशी हाक मारतो. ती हाक ऐकून तिचं हृदय विदीर्ण होतं आणि ती जागच्या जागी कोसळून मरते. अशा चटकदार कथानकांमुळे समाजात रेप झालेल्या स्त्रियांविषयी अनुकंपा निर्माण होईल यात शंका नाही. मराठी लेखिका आत्मकेंद्रित आहेत, जीवनविषयक समस्यांचा त्या गंभीरपणे विचार करत नाहीत ही विधानं करणाऱ्या घाटपांडेंची या कादंबऱ्या वाचून बरी खोडकी जिरेल!

एक विचारायचं होतं. 'कल्पतरू प्रकाशन'चे भडकमकर तुम्हाला एका पानाला किती रुपये देतात? बेलसरेला पानाला पाच रुपये मिळतात म्हणे. कोटणीसनं तर स्वतः पैसे घालून पहिला संग्रह छापवून घेतला. भडकमकर फोनवर विचारत होते, 'रेपवरल्या कादंबरीला पानाला किती देऊ?' मी अजून काही सांगितलेलं नाही. तुमचं पत्र आल्यावर फोन करीन.

निषेधसभेच्या अध्यक्षपदासाठी आणखी कुणाचं नाव सुचवा. मी जाऊन भेटेन. घाटपांडेंनी जिच्या लेखनाला बरं म्हटलंय, अशी एखादी लेखिका शोधून काढा, म्हणजे आपल्या लेखनाला नावं ठेवली म्हणून

चिडून ही बया अध्यक्ष झाली, असा बोल कुणी लावणार नाही. घाटपांडे अडचणीत सापडतील.

तुमची,
वृंदा मांडके.

: ३ :

प्रिय वृंदा,

तुझं पत्रं पावलं.

अध्यक्षपद स्वीकारायला प्रा. तारा देवधर तयार नाहीत. त्यामागं त्यांचा स्वार्थी हेतू आहे हे वाचून राग नाही आला—वाईट वाटलं! स्त्रियाच स्त्रियांच्या वैरिणी असतात, हेच खरं. या वेळी सर्व स्त्रियांनी घाटपांडे प्रवृत्तीला एकदिलानं विरोध करणं आवश्यक होतं. 'स्व'पलीकडे न पाहणाऱ्या प्रा. देवधरांनी स्त्रियांचं लेखन आत्मकेन्द्रित आहे असं म्हणणं म्हणजे स्वत:चं नाक नकटं असणाऱ्यानं दुसऱ्यांची सरळ नाकं पाहून नाक मुरडण्यासारखं आहे.

रत्ना बेलसरे मला नावं ठेवते, हे वाचून मौज वाटली. एका अर्थी ते साहजिकच म्हटलं पाहिजे. रत्नानं आपला 'नाही कशी म्हणू तुला?' या नावाचा कथासंग्रह 'कामधेनू प्रकाशन'कडे दिला होता. तो त्यांनी माझ्याकडे वाचायला दिला. त्यातल्या सगळ्या कथा तद्दन भिकार होत्या. लेखनाचा उत्साह अदम्य न् उदंड. गुण आणि उत्साह यांचं व्यस्त प्रमाण. माझं परखड मत मी प्रकाशकांना कळवलं. त्यांनी माझं पत्र माझं नाव न खोडता रत्ना बेलसरेकडे पाठवून दिलं. तेव्हापासून तिला माझ्या कादंबऱ्या आवडेनाशा झाल्या.

मंदाकिनी कोटणीसबद्दल काय बोलणार? घाटपांडेंप्रमाणं आपणही तिला अनुल्लेखानं मारणं बरं. माझ्यापेक्षा तुझ्या कादंबऱ्या चांगल्या असतात, हे तिनं व्यक्त केलेलं मत म्हणजे शुद्ध चमचेगिरी! उद्या मला भेटली तर तेच वाक्य मला म्हणून दाखवील. वृंदा मांडकेच्या कादंबऱ्या हातात धरवत नाहीत म्हणेल!

मुद्दा निघाला म्हणून लिहिते. वृंदा, तुझ्या कादंबऱ्यांनी माझ्या कादंबऱ्यांची उंची अजून गाठलेली नाही, हे आत्मस्तुतीचा दोष पत्करून लिहावंसं वाटतं. तू शेजघरात पोचलीस खरी—पण तिथं किती कोसपर्यंत पोचावं याला काही मर्यादा? पहिल्या कादंबरीत तू नवरा-बायको मिठीत शिरल्यावर तत्काळ दिवा मालवलास—त्यानंतर दिवा मालवण्याचं काम तू पुढं ढकलत गेलीस. तेराव्या कादंबरीत तू पहिल्या रात्रीचं वर्णन केलं आहेस. वधूच्या कौमार्यभंगाचं तपशीलवार वर्णन करायची काय गरज होती? प्रत्यक्षानुभूती असली म्हणून काय झालं? तिचा एवढा मुक्त आविष्कार? तू मला ती कादंबरी भेटीदाखल दिली होतीस. आमचे हे तेवढीच पानं पुन:पुन्हा वाचायचे! मी मग ती कादंबरी आमच्या शेजारच्या वाचनालयाला निम्म्या किमतीत विकून टाकली. पुरुषजातीच्या सवंग अभिरुचीचे चोचले आम्ही का म्हणून पुरवायचे? घाटपांडे तरी काय, ह्यांच्याच जातीचे! चाखत-माखत वाचतील, मग टीका करतील!

तू रेपवर कादंबरी लिहिणार आहेस, हे कळलं. सांभाळून हो! रेपचं फार वर्णन करू नकोस. तेवढीच पानं वाढतील आणि 'कल्पतरू'च्या भडकमकरांकडून आणखी पैसे मिळतील—असा काटेकोर हिशोब करू नकोस. सामाजिक बांधिलकी पैशापेक्षा मोठी. स्त्री-पुरुष फार जवळ आले की त्यांच्यापेक्षा तुझाच तोल जातो, हे मी पाहून ठेवलं आहे, म्हणून हा इशारा. नाही तर तू रेपचं वर्णन असं रंगतदार करशील की वाचकांना वाटेल—आपण रेप करणारे असतो, तर बरं झालं असतं! आणि वाचिका म्हणतील, जिच्यावर रेप झाला, तिच्याजागी आपण असतो तर!

तू मला गुरुस्थानी मानतेस म्हणून हे स्पष्टपणे लिहिलं बरं का! रागावू नकोस आणि घाटपांडेंसारख्यांच्या हाती आणखी कोलीत देऊ नकोस!

पुढल्या महिन्यात मी ह्यांच्याबरोबर मनालीला जाणार आहे. म्हणजे मनालीच्या पार्श्वभूमीवर पुढील कादंबरी लिहिता येईल. अनुभूतीचं क्षितिज विस्तारेल. पुढल्या वर्षी ह्यांना ऑफिसच्या कामासाठी महिनाभर नायजेरियाला जावं लागेल. मीही जाईन म्हणते. माझ्या कादंबरीतल्या नायकाला नायजेरियन पोरीच्या प्रेमात पडता येईल. मराठी साहित्यसृष्टीत नायजेरिया आणण्याचं श्रेय मला घेता येईल. आम्ही माजघराच्या उंबऱ्यांशी अडखळत नाही,

बाहेरची नवनवी क्षेत्रं पादाक्रांत करतो, हे त्या घाटपांड्यांना कुणी तरी सांगितलं पाहिजे.

घाटपांड्यांनी हयात लेखिकांना नावं ठेवलीत. सर्व मृत लेखिकांची भरमसाट स्तुती केलीय. त्यातल्या त्यात निशा म्हात्रे या कवयित्रीची बरीच स्तुती केलीय. ही म्हात्रे मुंबईलाच असते म्हणे. तिचा 'वाळंवटातील सुरवंट' कवितासंग्रह मराठी काव्यक्षेत्रातली कोंडी फोडणारा आहे म्हणे! (म्हणजे एक्झॅक्टली काय करणारा आहे, हे घाटपांडेच जाणे!) तू निशा म्हात्रेला भेटून निषेधसभेचं अध्यक्षस्थान स्वीकारण्याची विनंती कर.

ओव्याच्या पोत्याचा खर्च मुंबईकर लेखिकांनी करावा. पुणेकर लेखिकांना प्रवासखर्च करावा लागणार आहे. त्यांना आणखी खर्चात टाकणं इष्ट नाही.

भडकमकर मला पानाला पस्तीस रुपये देतात. तुला ते तेवढे देणार नाहीत, असं वाटतं.

तुझी,
सौ. कांता दातार

: ४ :

प्रिय सौ. कांताबाई,

निशा म्हात्रेकडे मी गेले होते. पण निशा म्हात्रे हा निशिकांत म्हात्रे निघाला. तोंडावर दाढीचं जंगल. निशिकांत म्हात्रे या कवीची 'मराठी लेखिका चिता व समाधी' चोपड्यात वर्णी लावून घाटपांडेंनी मोठा विनोदच केलेला दिसतो. हयात लेखिकांत जिच्यावर चार स्तुतिसुमनं उधळली गेली, तो चक्क पुरुष निघाला यात मला घाटपांडेंचा काही डाव दिसतो.

भडकमकर मला पानाला चाळीस रुपये देणार आहेत. तुमचा दर ते कमी करणार आहेत म्हणे! सध्या तुमची पुस्तकं फारशी खपत नाहीत. तुमच्या कादंबरीच्या दोन हजार प्रती खपायला पाच वर्षं लागतात, असे ते म्हणाले. तुमच्या कादंबरीत आता तोचतोचपणा येऊ लागला आहे, असं त्यांच्या व इतर बऱ्याच जणींच्या बोलण्यावरून दिसून आलं. तुम्हाला घाटपांडेंनी आणखी झोडायला हवं होतं, असं बहुतेकींचं मत दिसलं.

निषेधसभेचा प्रचार करण्यासाठी अनेकींना भेटले तेव्हा ही मतं कळली. तुम्ही माझ्या कादंबऱ्यांना नावं ठेवलीत म्हणून मुद्दाम मी हे लिहिलं नाही, बरं का! तुम्ही मला गुरुस्थानी आहात. भडकमकर मला पानाला चाळीस देणार आहेत व माझ्या कादंबरीची पाच हजार प्रतींची आवृत्ती काढणार आहेत, हे वाचून आपल्यापेक्षा शिष्य सवाई निघाला म्हणून तुम्हांला खचित आनंद वाटेल.

पुण्याच्या एका मासिकानं 'मराठी लेखिका : चिता व समाधी' यासंबंधीची माझी प्रतिक्रिया कळण्यासाठी एका मुलाखत्याला पाठवलं. मी मुलाखत देण्याचं साफ नाकारलं. मी खरी मतं मांडली असती, तर बऱ्याच जणी दुखावल्या असत्या. त्यात तुम्हीही आलात. बरं, एवढं दुखवून मिळणार काय? मुलाखत असल्यानं मानधन इल्ला! असल्या युक्त्या पुणेकरांना बऱ्या सुचतात! पुणेकर म्हणजे मोठे बिलंदर. (हे मी तुम्हाला उद्देशून म्हणत नाही हं!)

निषेधसभेला मी असेन की नाही, कोण जाणे! माझं जरा डळमळीत आहे. जंजिरा साहित्यसंमेलनाची अध्यक्षा म्हणून माझी निवड झाली आहे. निषेधसभेनंतर आठवडाभरात हे साहित्य संमेलन आहे. माझ्या भाषणाची तयारी करण्यासाठी मला वेळ नको काय? प्रत्यक्ष हजर राहिले नाही तरी मी संदेश पाठवीन. ओव्याच्या पोत्यासाठी कॉंट्रिब्युशनही देईन.

तुमची,

वृंदा मांडके.

: ५ :

प्रिय वृंदा,

पत्र घाईघाईनं लिहीत आहे.

घाटपांडे निषेध-सभा रद्द करणं बरं, असं माझं पूर्ण विचारांती मत झालं आहे. निदान मला त्यात भाग घेणं गैरसोईचं होईल. याचं कारण असं की, सरकारी ग्रंथ पुरस्कार योजनेसाठी मी गतवर्षीच्या माझ्या चार कादंबऱ्या पाठविल्या आहेत. 'सजण दारी उभा', 'क्षण आला भाग्याचा', 'बहुत

छळीयले नाथा', 'चल उड जा रे पंछी' या त्या वाचकप्रिय व गाजलेल्या कादंबऱ्या होत. (या चारही कादंबऱ्यांसाठी आलेल्या एकूण खुषीपत्रांची संख्या सातशेएकतीस भरते. माझ्या कादंबऱ्यांना नावं ठेवणाऱ्यांच्या नाकाला, हे वाचून झणझणीत मिरच्या झोंबतील!) मला नुकतंच कळलं आहे की, या वर्षी ग्रंथ पुरस्कार समितीचे अध्यक्ष प्रा. घाटपांडे आहेत. मी जर निषेधसभा भरविण्याच्या बाबतीत पुढाकार घेतला आणि मला दीड हजाराचं पारितोषिक मिळालं, तर माझ्या निषेधाचं प्रेशर आल्यानं घाटपांडेंनी मला बक्षीस दिलं, असा त्याचा अर्थ लावला जाईल—माझ्या कादंबरीच्या गुणवत्तेकडे दुर्लक्ष होईल, ही भीती आहे.

माझ्यापुरता मी हा निषेधसभेचा कार्यक्रम रद्द केला आहे.

तुझी,
कांता दातार.

●●●

•१३•
हॅरी वर्मा आणि त्याची ज्यो

ट्यूब रेल्वेनं मी बार्किंग स्टेशनवर उतरलो आणि जिना चढून बाहेरच्या मेन रोडवर आलो, तेव्हा पाऊस भुरभुरत होता. नितळ रस्त्यावर बर्फाचा चुरा पडल्यासारखं वाटत होतं. हवेत गारवा होता. अशा पावसात चालत जाण्यात मजा होती. इल्फर्डपर्यंत चालत जायचं म्हणजे दहा पंधरा मिनिटांचा रस्ता. दुकानाच्या शोकेसेस पाहत मी फूटपाथवरून चालत राहिलो.

तेवढ्यात एक गडद निळ्या रंगाची कार कचकन ब्रेक लावून माझ्याजवळ थांबली.

मी आतल्या बाजूस नजर वळवली. किरमिजी रंगाचा जर्किन घातलेला, हनुवटीपर्यंत साईड बर्न्स असलेला, 'इंडियन' माणूस व्हील हातात घेऊन बसला होता.

मी पुढे चालू लागलो.

"क्यूँ शाब, पहचाना नहीं मुझे?" कारचं दार उघडून बाहेर येत त्याने मला हाक मारली.

मी थांबलो, त्याला आपादमस्तक न्याहाळलं आणि नकारार्थी मान हलवली.

"मी हरीश वर्मा—काल अरोरांकडे आलो होतो."

"अजून नाही ध्यानात येत."

“अरोराचा बाथरूम मधला नळ नादुरुस्त झाला होता. नळ दुरुस्त करायला मी आलो होतो सकाळी.”

माझ्या डोक्यात प्रकाश पडला. मी इल्फर्डला ज्यांच्याकडे राहत होतो, त्या आरोरांकडे सकाळी बरेच सरदारजी आले होते. त्यात सरदारजी नसलेले तीन चार लोक होते. त्यातला एक बाथरूमशी, घरातल्या पाइप्सशी जवळून सलगी करीत होता खरा! पण दर महिन्याला आपले केस कापणारा कारागीर सिनेमा थिएटरात भेटला म्हणजे आपण जसं त्याला ओळखत नाही, त्याप्रमाणं प्लंबिंगचं काम करणारा कारागीर कार चालवीत 'पॉश' पोशाखात भेटला तर त्याला ओळखणं तसं मुश्कील!

“तुम्हाला ठाऊक आहे, इंग्लंडमध्ये लेबर फार महाग! म्हणून शनिवारी, रविवारी मित्रांकडे जायचं—घर शाकारायला, पाइप्स दुरुस्त करायला, रंग काढायला मदत करायची! काल मी अरोरांकडे त्यासाठी आलो होतो—”

“वा! छान छान—” मी मनापासून म्हटलं.

“चला, कारनं सोडतो तुम्हाला—”

हरीश वर्मा आग्रह करू लागला. त्याचा आग्रह मोडवेना, म्हणून कारमध्ये बसलो.

कार चालू करता-करता हरीश विचारू लागला, “कशी आहे कार?”

“सुरेख!”

“फोर्डची कोर्टिना—ए वन कार! लंडनमध्ये कार असल्याशिवाय जगणं कठीण!”

“हो ना!” मी म्हटलं.

“रोज मी कामावर जाताना कार घेतो. मिसेस वर्मा नोकरी करते... तिला तिच्या ऑफिसात सोडतो आणि येताना तिला घेऊन येतो!”

“फारच सोईचं!” मी कबुली दिली. “काय हो शर्मासाहेब, ही कार किती हजाराला पडली?”

त्यानं डावा हात स्टिअरिंग व्हीलवरून काढून सात बोटं दाखवली.

“सात हजार पौंड?”

“हूं!” कार एका घरासमोर थांबवीत वर्मा म्हणाला.

"हे काय? आपण कुठं थांबलोय?"

"हे माझं घर... अर्धा तास बसू—ड्रिंक घेऊ! प्लीज, कम."

भारताहून लंडनला काही दिवसांकरिता येणाऱ्या देशबांधवांबद्दल लंडनमध्ये बरीच वर्षं राहिलेल्यांना जी आपुलकी वाटते; ती वर्माच्या वागण्यात, आग्रहात होती. त्यामुळे मी फारसे आढेवेढे न घेता वर्माच्या घरात शिरलो.

घर छोटं होतं, पण चांगलंच शृंगारलेलं होतं. भिंतीवरला रंग भडक होता. पडद्यावरलं डिझाइन अनाकर्षक, डोळ्यांत खुपेल असं होतं.

"ज्यो, आय हॅव्ह कम—" दारातून आत शिरताना वर्मा ओरडला.

मनात आलं, या वर्मानं इथं येऊन गोऱ्या मुलीशी लग्न केलेलं दिसतंय!

पाच-दहा मिनिटांनी त्याची बायको बाहेर आली. वेष सोडला, तर ती पूर्णपणे इंडियन होती. अंगावर इंग्रजी पद्धतीचा किचनगाऊन होता, पण त्यात ती अवघडल्यासारखी वाटली.

"ही माझी औरत... ज्योती! मी हिला ज्यो म्हणतो." वर्मानं ओळख करून दिली.

तिनं दबकत हात पुढं केला. मी सवयीनं दोन्ही हात जोडून नमस्कार केला. वर्मा हसत तिला म्हणाला, "अगं, हे मुंबईचे! ह्यांच्याशी शेकहँड करायचं कारण नाही!"

मान हलवून ती आत गेली.

"काय घेणार?" वर्मानं विचारलं,

"चहा घेऊ थोडा."

"चहा? मी तुम्हाला शॅम्पेन देतो उत्तमपैकी."

वर्मानं आत जाऊन शॅम्पेनची बाटली आणली. मग पुन्हा तो आत गेला आणि एक अल्बम घेऊन आला. त्याच्या हातातला अल्बम पाहून मी जरा दचकलोच. घरात पहिल्यांदा पाहुणा आला की त्याला एकामागोमाग एक अल्बम उघडून दाखवणाऱ्या यजमानाबद्दल माझं मत कधीच चांगलं होत नाही! यजमानाचे काके, मामे, आजोबा-आजी आदी मंडळींचे अनोळखी चेहरे पाहत—हे तुमचे काका का? वा वा! अच्छा! ही तुमची मावशी वाटतं—छान आहे. म्हणजे फोटो छान आहे. अशी दाद देत बराच वेळ

रेंगाळणं माझ्या जिवावर येतं! अल्बम पाहून मी संरक्षक पवित्रा घेतला.

"वर्मासाब, मला लवकर जायचं आहे. अरोरा वाट पाहतील."

"जाल हो! माझ्या लग्नाचे फोटो तरी पाहा."

"लग्नाचे का? वा! वा!" बळेच उत्सुकता दाखवीत मी म्हणालो, "कधी लग्न झालं?"

"वर्ष झालं."

"इथं लंडनमध्ये?"

"छे छे... जैनपूरजवळ, एका खेड्यात."

मी अल्बम पाहू लागलो.

"लग्न काय कडक थंडीत झालं?"

"नाही, कडक उन्हाळ्यात! यू. पी. तला उन्हाळा तुम्हाला ठाऊक आहे!"

"मग हा थ्री पीस सूट का? गळ्याभोवती गच्च टाय—"

"हां—हां... तो सूट इथून शिवून नेला होता. लंडनमधला सूट—गावचे लोक तरी कधी पाहणार फॉरिन थ्री पीस सूट?"

"तेही खरंच!" "मी म्हटलं, "आणि ऊन खूप होतं, हे दिसतंच आहे! तुमच्या डोळ्यांवर गो-गो गॉगल दिसतोय!"

"हो, तो इथूनच नेला होता!"

थ्री पीस सूट, टाय, डोळ्यांवर गो-गो गॉगल अशी वर्माची स्वारी घोड्यावर बसली होती. आजूबाजूला पैरण घातलेले, धोतर नेसलेले, फेटा बांधलेले अनेक लोक.

"माझी शादी सगळ्या जौनपूर जिल्ह्यात इतकी गाजली म्हणता! पाच वर्षांनी गावी गेलो होतो. काय सांगू? त्यांचं हिंदी मला कळेना—माझं इंग्रजी त्यांना कळेना! आमच्या गावच्या पंचक्रोशीत कौक कुठं मिळेना!"

"कौक?"

"कौक म्हणजे इंडियन्स ज्याला कोका-कोला म्हणतात, तो! वुइ कॉल इट् कौक!"

जौनपूरजवळच्या खेड्यात थ्री पीस सूट, गो-गो गॉगल घालून 'होर्स'वर

बसणारा, कौकची मागणी करणारा हा इंग्लंडरिटन्र्ड नवरदेव वरातीत कसा शोभला असेल याचं चित्र क्षणभर माझ्या दृष्टीसमोर उभं राहिलं!

"पुन्हा कधी जाणार गावाला?" मी विचारलं.

"ओ नो! दॅट अग्ली, डर्टी इंडिया! लग्नाला गेलो तेव्हा दोन महिन्यांसाठी गेलो होतो. पंधरा दिवसांत पळून आलो. आता इतक्यात नाही जायचं इंडियाला!"

"मिसेस वर्मांना आठवण येते की नाही इंडियाची?"

"येते. पूर्वी रडायची—सिली गर्ल! आता रडत नाही—निदान माझ्यासमोर! तिला मी वर्षभरात इंग्लिश गर्ल करून टाकली आहे! पूर्वी साडीशिवाय काही नेसायची नाही! मी म्हटलं, नथिंग डुइंग! बी रोमन व्हेन यू आर इन रोम! मॅक्सी घालायला लागली. हा फोटो पाहा—कशी दिसते? क्यूट दिसते ना?"

परस्त्रीबद्दल वाकडं का म्हणून बोला? मी वर्माच्या प्रश्नाला होकारार्थी उत्तर दिलं.

"तुम्ही तिचा स्विमिंग कॉस्च्युममधला फोटो पाहिला नाही. तिला घेऊन एकदा हेस्टिंग्जला गेलो होतो. बीचवरचा अल्बममधला फोटो काढून ठेवलाय तिनं! ज्यो, तुझा स्विमिंग ड्रेसमधला फोटो मेहमानला दाखव."

"नहीं, मैं नहीं दिखाऊंगी!" भारतातली ती देहाती तरुणी अशी लाजली. इंग्लिश मुलीला तसं लाजणं सात जन्मांत जमायचं नाही.

"ही ज्यो अजून इंडियनसारखी वागते." वर्माने तक्रारीच्या सुरात सांगितले.

"अहो, मग बरोबरच आहे ते. त्या इंडियनच आहेत."

"बी रोमन, व्हेन यू आर इन रोम! आता तर आम्ही इथं अजून बरीच वर्षं राहणार आहोत. तिला मी म्हटलं—मला हॅरी अशी हाक मार. पण नाही मारत."

"हॅरी?"

"हरीशचं हॅरी. जसं ज्योतीचं ज्यो. ज्यो, ही शँपेनची बाटली उघड."

"नहीं नहीं! मुझे डर लगता हैं!"

“डर? बघितलंत? हिला शँपेनची बाटली उघडायला भीती वाटते! का ठाऊक आहे?”

“का?”

“बूच एकदम टण्‌दिशी उडतं ना? वरच्या छताला आपटतं आणि फेस यायला लागतो बाटलीच्या तोंडाला. घाबरते ही! अजून बीअर पीत नाही, व्हिस्की पीत नाही. पार्टीला नेलं की मला लाज आणते ही!”

“अहो वर्माजी, इथं अनेक लोक नाही पीत.”

“त्यांचं ठीक आहे. लोक त्यांचं कौतुक करतात, पण आपण नाही प्यायलो तर लोक आपल्याला मागासलेले समजतात. इथल्या मुली सिगारेट किती छान ओढतात!”

मिसेस वर्मा घाबरून विचारू लागली, “मी सिगारेट ओढावी अशी तुमची अपेक्षा आहे की काय?”

“जरूर! त्यात वाईट काय आहे? नाही का हो भाईसाब?”

इंडियन लोकांचं हे वर्णन फार लांबेल, म्हणून मी शँपेनचा एक ग्लास संपवून तिथून निघालो. वर्मानं मला कारनं अरोरांकडं पोचवलं.

रात्री जेवताना मी अरोराला सहज म्हटलं.

“आज वर्मानं लिफ्ट दिली.”

“आय सी! आपला हॅरी होय!”

“हो—त्याच्या घरी गेलो होतो.”

“अच्छा! अल्बम दाखवला की नाही वेडिंगचा?”

“दाखवला खरा!”

“घोड्यावरचा हॅरी पाहिला ना? आणि स्विमिंग कॉस्च्युममधील ज्यो?” आणि अरोरा पती-पत्नी हसू लागली...

ब्रिटिश म्युझियम पाहून मी नेल्सन स्क्वेअरकडे आलो आणि अंडर-ग्राऊंड मार्गाने चेरिंग क्रॉस स्टेशनकडे वळलो. स्टेशनबाहेरच्या बाजूस एका स्टॉलजवळ हरीश वर्मा उभा होता. हॉट डॉग आणि मस्टर्ड सॉस ह्याने भरलेली प्लेट त्याने हातात घेतली होती आणि उभ्या-उभ्या तो हॉट डॉगचे

लचके तोडत होता. त्याच्या अंगावर निळा युनिफॉर्म होता आणि त्यावर ठिकठिकाणी तेलाचे डाग पडले होते. केस धुळीने माखलेले होते आणि गालावर काळे फराटे उठले होते.

मी नीट निरखून पाहिलं आणि तो हरीश वर्मा आहे, याची खात्री करून घेतली. मग जवळ जाऊन एकदम त्याच्या पाठीवर थाप मारली, "हॅलो, हॅरी, हाऊ डू यू डू?"

मला पाहून तो इतका दचकला की, त्याच्या हातातली प्लेट निसटून खालीच पडायची! त्याचा चेहरा एकदम पडला. का, ते माझ्या ध्यानात येईना!

"हॅलो भाईसाब—या बाजूला भटकताय वाटतं?"

"हो, मी थोडाच तुमच्यासारखा कामाचा माणूस आहे? भटकायला आलोय, भरपूर सवड आहे. लंडन पायी फिरून पाहतोय! तुम्ही इथं जवळपास काम करताय वाटतं—"

"हो ना! एका फर्ममध्ये टेक्निनिशयन आहे—"

"बघू या तरी तुमची फर्म कशी आहे ती!"

"आता लंच टाइम आहे ना, तिथं कुणी नसणार!" तो गडबडीने म्हणाला.

"थोड्या वेळानं जाऊ! मीही खाऊन पाहतो हे तुमचे हॉट-डॉग प्रकरण!"

मी एक प्लेट घेतली. हरीश वर्मा बराच अस्वस्थ झालेला दिसला. मग हळूच म्हणाला,

"इफ यू डोंट माइंड—आमच्या फर्ममध्ये बाहेरच्या मंडळींना प्रवेश देत नाहीत!"

"ओके! नाही येणार! तुमची कोर्टिना कुठं आहे?"

"पार्क केलीय ऑफिसजवळ—"

"किती वाजता निघणार इल्फर्डकडे? मी भटकून येतो—संध्याकाळी बरोबर जाऊ आपण!"

तो पुन्हा गडबडला. मग म्हणाला, "त्याचं काय आहे, मला ज्योला

बरोबर घेऊन जायचंय! शिवाय आम्हाला शॉपिंग वगैरे—''

''ओ नेव्हर माइंड!'' मी प्लेट संपवून टिश्यू पेपरनं हात पुसले. ''बराय, मी निघतो!''

''बाय द वे—उद्या संध्याकाळी आँटीकडे पार्टी आहे. तुम्ही येणार आहात ना अरोरांबरोबर?''

''मला ठाऊक नाही! अरोरा गेले तर मी जाईन!'' आणि त्याचा निरोप घेऊन मी निघालो. मनात म्हटलं, आमचे भारतीय लोक परदेशी गेले तरी विक्षिप्तपणा सोडत नाहीत, हेच खरं! मागं भेटला तेव्हा आपण होऊन कार थांबवून लिफ्ट देणारा हा हरीश वर्मा आता टाळण्याचा प्रयत्न का करतोय?

दुसऱ्या दिवशी संध्याकाळी मी अरोरा पती-पत्नीबरोबर आँटीकडे गेलो. आँटी ही अनेक वर्षं त्रिनिदादमध्ये राहिलेली आणि आता मुलीकडे कायमची राहायला आलेली गुजराती बाई—जमनाबाई. तिला साठ वर्षं पूर्ण झाली म्हणून बर्थडे पार्टी होती. तिथल्या प्रथेप्रमाणे मी एक मार्टिनीची बाटली खरेदी केली. अरोरा पती-पत्नींनी 'जॉनी वॉकर' बरोबर घेतली आणि आम्ही रात्री साडेआठला आँटीकडे पोचलो.

घराच्या मधल्या हॉलमध्ये तरुण मुलं-मुली कमरेला हिसके देत नृत्य करत होती. रेकॉर्ड प्लेअरवर कर्कश आवाजातलं पॉप म्युझिक सुरू होतं. मधल्या वर्तुळात पाहिलं तो काय—हरीश वर्मा छाती पुढं काढून आणि कमरेला बाक देऊन नाचत होता. लालभडक जर्किन, टाइट जीन, कमरेला भला रुंद पट्टा, अस्ताव्यस्त केस. हुबेहूब 'सॅटरडे नाईट फीव्हर'मधला ट्रॅव्होल्टा!

''कमॉन! जॉईन अस—'' मला पाहून तो ओरडला.

मला काही रोममध्ये राहायचं नव्हतं. मग रोमनसारखं वागायचं काय कारण? माझं एक सोडा, पण अरोरा पती-पत्नींनाही डान्समध्ये रस नव्हता, असं दिसलं.

आत स्त्री-पुरुषांचा घोळका बसला होता. कोपऱ्यात भल्या मोठ्या

फुलांचं डिझाइन असलेला तोकडा फ्रॉक घालून हरीश वर्माची बायको अवघडल्यासारखी बसली होती. तिच्या फ्रॉकचा गळा वाजवीपेक्षा बराच रुंद होता. खाली गळ्याकडे पाहत ती हळूच आजूबाजूला पाहत होती. आपल्याकडे कुणी पाहत तर नाही ना, याचा अंदाज घेत होती!

डान्सचा एक राउंड संपला. हातात बिअरचा ग्लास घेऊन हरीश आत आला.

''ज्यो—कमॉन! जॉइन नाऊ—'' तो ओरडला.

''नहीं नहीं, मैं नहीं आऊंगी!'' ज्योती मान जोरजोरानं हलवून म्हणाली.

''कैसी नहीं आती? तुझे आनाही पडेगा!''

''ऊंहूं—नहीं आऊंगी!''

''तो कल गाँव भेज दूँगा! पुन्हा कधी आणणार नाही इकडे!''

मग मात्र ज्योती उठली. (हरीश वर्माचं ते निर्वाणीचं शस्त्र असावं!)

पुन्हा म्युझिक सुरू झालं. बायकोच्या कमरेभोवती हात घालून हरीश नृत्यात सामील झाला. बायकोला नृत्याची पावलं टाकायला शिकवू लागला. तोकडा फ्रॉक सांभाळावा, फ्रॉकच्या लो-कटकडे पाहावं, संगीताकडे लक्ष द्यावं की नाच करावा—या प्रचंड संभ्रमात सापडलेल्या हॅरीच्या ज्योकडे आम्हाला पाहवेना! मी, अरोरा पती-पत्नी बाजूच्या खोलीत जाऊन गप्पा मारत बसलो.

''आता उद्या ज्योती घरी येईल, रडत नवऱ्याच्या तक्रारी सांगेल!'' मिसेस अरोरा म्हणाल्या.

''तक्रारी?''

अरोरा हसून म्हणाले, ''हरीश जौनपूरहून मुंबईला आला. एका इंडियन स्कूलमध्ये प्लंबिंग शिकविण्यासाठी इंग्लंडला आला. आता तो इथं एका फॅक्टरीत प्लंबर आहे. आपण टेक्निशियन आहोत, असं सांगतो!''

''त्याच्या बायकोला चांगली नोकरी आहे म्हणे!''

''बाटल्या पॅक करायला ती एका कारखान्यात जाते. त्याच्या स्वतःच्या नोकरीबद्दल, बायकोच्या कामाबद्दल लाज वाटायचं कारण नाही—इंग्लंडमध्ये

श्रमाला प्रतिष्ठा आहे. पण त्याची मनोवृत्ती राहिलीय इंडियनच! हॅरी, ज्यो अशी नावं घेतली, बायकोला मिनीस्कर्ट घालायला लावला म्हणून माणसाची वृत्ती नाही बदलत! आता ही कोर्टिना फोर्ड—त्यानं कितीला घेतली असेल?''

''सात हजार पौंड?''

''तीनशे! दहा वर्षांची सेकंड हँड! पण हरीश वर्मा असा आहे— खरी किंमत लपवील! विनाकारण! रोज हातात 'लंडन टाइम्स'ची घडी— त्यातल्या फक्त जाहिराती वाचील. रुबाब केवढा!''

तेवढ्यात हरीश वर्मा बायकोला घेऊन आला. तिच्या हातात तो बिअरचा पेला देत होता आणि ती 'नको-नको' म्हणत होती!

''कुछ नहीं होता.''

''मुझे आदत नहीं-''

''आदत होगी कैसी? रोज प्यायला पाहिजे! तुम्हीच सांगा भाईसाब— इथं जन्म काढायचा—मग इथल्या समाजात मिसळून जायला नको? इथल्या चालीरीती शिकायला नकोत?''

मी म्हटलं, ''पण वर्मासाब, इथंच जन्मभर राहायला पाहिजे, अशी सक्ती कुठं आहे? हे अरोरासाब दोन-चार वर्षांत जाणार आहेत परत आपल्या गावाकडे!''

हरीश वर्मा आमच्यापाशी येऊन बसला. बायकोसाठी ठेवलेला पेला त्यानं घटाघटा पिऊन टाकला व तो हलक्या आवाजात मला व अरोरांना ऐकू जाईल इतपत आवाजात म्हणाला, ''भाईसाब, सच बताऊं? इंडियात गेलो तर प्लंबर म्हणून तीन-चार हजार रुपये मिळणं मुश्कील! इथला रुबाब पाहा. इंडियात जाणं शहाणपणाचं आहे का, तुम्हीच सांगा? आपही कहो भाईसाब!''

आणि बायकोला ओढत तो पुन्हा डान्सफ्लोअरकडे जाऊ लागला!

●●●

.१४.
शेळी जाते जिवानिशी

पंचपंच उषःकाली किरपेकरांची स्वारी मला भेटायला आली, तेव्हा वरून मी त्यांचं जरी हसून स्वागत केलं तरी मनातल्या मनात चडफडत होतो, हे कबूल केलं पाहिजे. रविवार होता. त्यामुळे आठ वाजता उठणं, दहा वाजता ब्रेकफास्ट, दोन वाजता जेवण—असा जंगी कार्यक्रम रात्री झोपतानाच मी आखला होता. पण किरपेकरांनी भलत्या वेळी एंट्री घेऊन सुरुवातीलाच कार्यक्रमाला खो घातला.

"हाय प्रोफेसरसाहेब! अॅम आय डिस्टर्बिंग यू?"

राजभाषा वर्ष होतं याची किरपेकरांना दाद नव्हती. सात-आठ वर्षांपूर्वी ते इंग्लंडला गेले होते, तेव्हापासून अधूनमधून फर्डं इंग्रजी बोलायची त्यांनी सवय लावून घेतली होती.

"छे! मुळीच नाही? बोला—आज सकाळच्या पारी काय काढलंत?"

"माझी प्रचंड कादंबरी प्रसिद्ध होत आहे! कलॉसल नॉव्हेल! पाचशे पानांचा एक खंड—एकूण दोन खंडांत!

"वा वा! अभिनंदन!"

"थँक्यू थँक्यू! फ्रॉम द बॉटम ऑफ माय हार्ट!" किरपेकरांनी डोक्यावर हॅट नसतानाही हॅट काढून वाकून अभिवादन करण्याचा

अभिनय केला. ''मराठीत मी रेकॉर्ड करतोय. पाचपाचशे पानांचे दोन खंड. आहे अशी दुसरी कुठली कादंबरी मराठी साहित्यात?''

''माझ्या माहितीप्रमाणं नाही!'' मी जांभई मोठ्या कष्टानं दाबली, ''नाव काय कादंबरीचं?''

''पहिल्या भागाचं नाव—'शेळी जाते जिवानिशी' आणि दुसऱ्या भागाचं नाव 'खाणारा म्हणतो वातड'!''

''वा! सुरेख नाव आहे!''

''उद्या मी 'खाणारा म्हणतो वातड'चा प्रकाशन समारंभ साजरा करू या म्हणतो!''

''आणि 'शेळी जाते जिवानिशी'चं काय?''

''ती अजून प्रेसमध्ये आहे. महिनाभरात बाहेर येईल.''

''पण दुसऱ्या खंडाचं प्रकाशन आधी?''

''मराठी साहित्यात आणखी एक रेकॉर्ड!'' किरपेकरांनी टाळीसाठी हात पुढं केला. त्यात टाळी देण्यासारखं काय आहे, हे मला समजेना. पण त्यांनी पुढं केलेला हात फुकट (मागं) जाऊ नये, म्हणून मी नाखुशीनं टाळी दिली.

''पुढल्या कादंबरीचं नाव सुचलं.'' किरपेकर हर्षभरित होऊन म्हणाले.

''कधी?''

''हे आताच! 'एका हाती टाळी!' कसं वाटतंय नाव?''

''वा! छान! आता नाल मिळालाय—घोडा घेणं सोपं आहे!'' मी उपरोधानं म्हणालो.

''करेक्ट! एकदा कादंबरीला नाव दिलं की नावाला साजेशी कथा शोधून काढू आणि मग हाणू एक कादंबरी.''

''आगामी कादंबरीचं राहू द्या—चालू कादंबरीचं काय सांगत होता? खाणारा म्हणतो वातड!'' गाडी मेनलाइनवर आणली.

''आता ही कादंबरी एवढी कलॉसल का, हे नाही विचारलंत?''

''ही कादंबरी एवढी कलॉसल का?''

''उत्तर सोपं आहे! माझ्या एका मित्रानं बल्लारपूरला कागद कारखाना

सुरू केलाय. पहिल्या स्टेजमधल्या प्रॉडक्शनपैकी एक रीम कागद त्यांनी मला भेट म्हणून पाठवला.''

''म्हणजे अगदी पहिल्या धारेप्रमाणं?''

''दॅट्स राइट! मग ठरवलं—संपूर्ण रीम म्हणजे चारशेऐंशी फुलस्केप कागद भरतील एवढी कादंबरी लिहायची.''

''एका खंडात प्रसिद्ध का नाही केलीत?''

''त्याचं असं आहे, खूप मोठी कादंबरी झोपून वाचता येत नाही! तुमच्यासारखे आमचे फॅन्स दिवसभर काम करून, दमून रिलॅक्स होण्यासाठी आमची कादंबरी वाचायला घेणार—त्यांची सोय पाहायला नको?''

''प्रकाशन समारंभ कुठे आहे?''

''वनिता समाजाच्या हॉलमध्ये! निवडक मंडळींना बोलावलंय. दुपारी चार वाजता. उद्या पब्लिक हॉलिडे आहे. नो प्रॉब्लेम!''

किरपेकर एका सरकारी महामंडळाचे जनता संपर्काधिकारी. हुद्दा मोठा-पगारही भरपूर. आपली नोकरी नेकीनं सांभाळून, जनतेशी जो काही संपर्क ठेवायचा तो ठेवून, वर्तमानपत्रांत महामंडळाविरुद्ध येणाऱ्या वाचकांच्या पत्रांना खुलासेवजा उत्तरं देत किरपेकरांना सुखासमाधानानं जगणं अवघड नव्हतं. पण या जगात माणसं विनाकारण स्वत:वर आपत्ती ओढवून घेतात; सुखाचा जीव त्रासात घालतात. लेखनाची आवड हा किरपेकरांचा 'वीक पॉइंट.' नेहमी सुटाबुटात मिरवणाऱ्या, कारमधून फिरणाऱ्या, सहा फूट उंचीच्या या महाकाय माणसाला नसत्या फंदात पडायचं कारण नव्हतं. परंतु 'किरपेकर' आडनावाचा कुणी बडा साहित्यिक मराठीत झाला नाही, तेव्हा आपण त्या बाबतीत रेकॉर्ड क्रिएट करावं, एवढ्याच माफक आकांक्षेनं जयंतराव किरपेकर साहित्यक्षेत्रात लुडबुड करू पाहत होते.

गंमत अशी की, त्यांचं साहित्यक्षेत्रातलं पदार्पण यशस्वी ठरावं याची तमाम संपादकमंडळी पुरेपूर काळजी घेत असल्याचं दिसलं.

एका परिचयाच्या संपादकांना मी त्याचं रहस्य विचारलं, ''तुमचा दिवाळी अंक किरपेकरांच्या कथेशिवाय निघतच नाही, असं दिसतंय!''

''तुम्हाला ठाऊक नाही?''

“नाही बुवा!” मी म्हटलं, “काय ठाऊक असायचंय?”

“दिवाळी अंकासाठी आम्ही महामंडळाची जाहिरात मिळावी म्हणून पत्र लिहिलं की पूर्ण पान जाहिरात आणि चार पानं भरतील अशी एक लघुकथा किरपेकर पाठवतात!”

“असं?”

“मागं एकदा कथा परत पाठवली. दोन दिवसांत अर्जंट पत्र आलं. जाहिरातीचं बजेट कमी केलंय. तुमच्या मासिकासाठी पाठवलेली जाहिरात रद्द समजावी! पुढल्या वर्षी पत्र लिहून कथा मागवली; जाहिरात नाही मागितली. तर, कथेबरोबर जाहिरात!”

“मागं त्या मासिकानं त्यांची 'भिंतीला तुंबड्या' कादंबरी छापली दिवाळी अंकात! चक्क कादंबरी!”

“कव्हरवर अडीच हजारांची जाहिरात मिळाल्यावर कादंबरी न छापून परवडेल कसं त्या संपादकाला?”

किरपेकरांच्या लेखनातले साहित्यगुण आणि त्यांचा उदंड उत्साह याचं प्रमाण व्यस्त असलं तरी जनता-संपर्काचं आपलं खास तंत्र वापरून आतापर्यंत त्यांनी दीडशेएक लघुकथा आणि चार-पाच कादंबऱ्या दिवाळी अंकांतून छापवून आणल्या होत्या.

एकदा किरपेकर संध्याकाळी ऑफिसातून घरी जाताना माझ्याकडे आले होते आणि आपल्या लेखनाच्या पुढील योजना मला तपशीलवार समजावून देत होते. तेवढ्यात वार्षिकाचे एक संपादक मला भेटायला आले.

“प्राध्यापकसाहेब, येत्या दिवाळी अंकासाठी तुमची एक कादंबरी हवी!” त्यांनी सांगितलं.

“मला खरोखरच वेळ नाही! कॉलेजची कामं आहेत, दोन-चार कथा लिहायच्या आहेत.” मी माझी अडचण सांगितली.

“दोन महिने मुदत देतो. वाटल्यास अडीच महिने—ऑगस्टअखेरपर्यंत दिलीत तरी चालेल.” संपादक विनवणीच्या सुरात म्हणाले.

“खरंच नाही जमणार.” मी उत्तरलो.

“संपादकसाहेब—दिली!” किरपेकर उद्गारले.

"काय दिली?"

"कादंबरी!"

"म्हणजे?"

"म्हणजे काय! तुम्हाला कादंबरी हवीय. हे प्राध्यापकसाहेब नाही म्हणतात. तेव्हा मला तुमच्या मदतीला येणं भाग आहे! तो छत्रसाल राजा तुम्हाला ठाऊक आहे ना!"

"कोण छत्रसाल?"

"त्याच्यावर निजामानं हल्ला केला. तेव्हा त्यानं बाजीरावाला पत्र लिहिलं. बाजीराव म्हणजे आपला पहिला बाजीराव. गजेंद्रानं जसा विष्णूचा धावा केला तसा मी करतोय! राखे, बाजी लाज!" किरपेकर डोळे मिटून क्षणभर स्तब्ध राहिले. मग ओरडले,

"वा संपादकसाहेब, टाळी द्या!"

"टाळी कशाबद्दल?" अनेक कारणांनी संत्रस्त झालेल्या संपादकांनी नाखुशीनं हात पुढं केला.

"कादंबरीचा विषय सुचला, नावही सुचलं! दिवाळी अंकाच्या जाहिरातीत घालून टाका— राजा छत्रसाल याच्या जीवनावरील रोमहर्षक, चटकदार कादंबरी! 'राखे, बाजी लाज!' काय प्रोफेसर, जमलं ना सारं?"

"प्रश्नच नाही! तुम्ही मनावर घेतल्यावर काय नाही जमणार?"

अस्वस्थ होऊन चुळबूळ करणाऱ्या संपादकांकडे हळूच पाहत मी हसू दाबलं.

तर, अशा ह्या एवंगुणविशिष्ट किरपेकरांच्या 'कलॉसल' कादंबरीच्या प्रकाशन समारंभाला मी हजर राहिलो ते केवळ कुतूहल म्हणून. माझ्या-प्रमाणं आणखी दहा-पंधरा साहित्यिक जमलेले दिसले. एवढे दहा-पंधरा साहित्यिक सोडले तर उपस्थित होता फक्त महिलावृंद. पन्नासएक महिला. वय वर्षे साठ ते तीन-चार. नथ घातलेल्या, जरीच्या साड्या नेसलेल्या, बेलबॉटम-मॅक्सी-मिडी-मिनी सर्व प्रकार परिधान केलेल्या! किरपेकरांचा क्षणभर हेवा वाटला. इतका सुबक न् रंगीबेरंगी श्रोतृवृंद दर्शन-दुर्लभच!

किरपेकरांनी आग्रह करून आम्हा साऱ्या साहित्यिकांना व्यासपीठावर

बसविले. समस्त महिला पुढं खुर्चीवर बसल्या.

"अध्यक्ष कुठे आहेत?" मी हळूच चौकशी केली.

"मी त्या ह्यांना बोलावलं होतं." एका ज्येष्ठ साहित्यिकाचं नाव घेऊन किरपेकरांनी त्यांना इंग्रजी शिवी दिली, "दॅट बगर डिच्ड मी! नेव्हर माइंड! महान साहित्यिक नाही तर नाही, आपण या लहान साहित्यिकांना अध्यक्षस्थान देऊ!" पंधरापैकी एका उदयोन्मुख लेखकाला किरपेकरांनी हात धरून खुर्चीवर बसवलं—"तुम्ही चौदा जणांनी कादंबरीविषयी थोडं-थोडं बोलायचं!"

"अहो, पण आम्ही ती वाचलेली नाही!" बहुतेक सर्वांनी तक्रार केली.

"मी तरी कुठं वाचलीय!" किरपेकर विजयी मुद्रेनं म्हणाले.

"म्हणजे?"

"अहो, मी ती लिहिलीय; पुन्हा वाचून पाहिलेली नाही! मंडळी, कादंबरीबद्दल बोलणं शक्य नसेल तर माझ्याबद्दल बोला. माझ्या प्रकाशित साहित्याबद्दल बोला. ओके?"

किरपेकरांनी चांगलं अर्धा तास प्रास्ताविक केलं. व्यासपीठावर विराजमान झालेल्या सर्वांचा विनोदी पद्धतीनं परिचय करून दिला. त्यांचं भाषण सुरू असताना काही स्त्रियांनी आमच्या मागं एक सजवलेला पाळणा आणून ठेवला.

"पुस्तकाचं प्रकाशन अभिनव पद्धतीनं करायचा किरपेकरांचा विचार दिसतोय!" मी शेजारी बसलेल्या साहित्यिकांना म्हटलं.

"का बरं?"

"पाळणा आणून ठेवलाय मागं. बाळाचा जन्म, त्याप्रमाणं नव्या पुस्तकाचा जन्म—अशी काही तरी फँटॅस्टिक कल्पना असेल त्यांची!"

किरपेकरांचं भाषण संपलं. त्यानंतर एकामागोमाग एक वक्ते उठून किरपेकरांची जमेल तितकी स्तुती करू लागले!

हळूहळू समोरचा महिलवर्ग चुळबूळ करू लागला. तीन-चार बायका नथ सावरीत तरातरा निघून गेल्या. किरपेकरांची स्तुती आवडली नाही म्हणून

की भाषणं कंटाळवाणी होतात म्हणून त्यांनी सभात्याग केला, हे मला समजेना!

तेवढ्यात समोरच्या रांगेतल्या खुर्चीवर बसलेली वीस-बावीस वर्षांची मुलगी उठून उभी राहिली.

"पप्पा, अहो-मुहूर्त टळून जाईल की!" ती म्हणाली.

"हां—हां, आटपतोच. अहो, तुमचं भाषण आवरतं घ्या. पुढली भाषणं रद्द करू." किरपेकर घाई करू लागले.

मला कळेना, मुहूर्त कसला? कादंबरी प्रकाशनासाठी कसला आलाय मुहूर्त?

शेवटचं भाषण पुरं व्हायच्यापूर्वीच समोर बसलेल्या सगळ्या बायका व्यासपीठावर चढल्या आणि आमच्यामागे पाळण्याभोवती कोंडाळं करून बसल्या! व्यासपीठामागून डोळ्यांत काजळ घातलेली, चापूनचोपून साडी नेसलेली एक पंचविशीतली तरुणी जड पावलांनी पाळण्याजवळ आली. तिच्या हातात छोटं मूल होतं, ते तिनं पाळण्यात घातलं आणि मग महिलावर्गात हास्याचा, बडबडण्याचा 'इश्श अय्या'चा जो खकाणा उसळलाय म्हणता!

"माझी मुलगी—" किरपेकर म्हणाले.

"अस्सं?"

"तिच्या मुलीचं बारसं आहे! त्यासाठी हॉल भाड्यानं घेतला आहे—त्यातच म्हटलं प्रकाशन उरकून घेऊ. माझ्या मुलीचं. हं हं! बरं—श्रोत्यांची काळजी नाही!"

आम्ही सगळे सुन्न झालो. जायला निघालो. श्रोत्यांनी अक्षरश: आपल्याकडे पाठ केल्यावर वक्त्यांनी राहायचं कशाला व्यासपीठावर?

"बर्फी खाऊन जा—नातीच्या बारशाची!" किरपेकरांचा उत्साह नेहमीप्रमाणं उतू जात होता!

त्यानंतर तीन-चार महिने किरपेकरांनी दर्शन दिलं नाही. एक दिवस तावातावानं माझ्याकडे आले. काखोटीला एक बाड होतं.

"तो प्रकाशक स्वत:ला कोण समजतो?" संतापून त्यांनी एक शिवी हासडली.

"अहो किरपेकर, बसा तरी! कोण हा प्रकाशक? काय केलं त्यांनी?"

"महिन्यापूर्वी त्याला कादंबरी वाचायला दिली होती—'एका हाती टाळी!' तुमच्या घरीच सुचली होती मला थीम! हे बाड त्यांनी न वाचता परत दिलं!"

"न वाचता कशावरून म्हणता?"

"मी अधूनमधून मुद्दाम डिंक लावून पान चिकटवली होती—पण ती तशीच चिकटलेली आहेत! गृहस्थानं ती वेगळी करून कादंबरी संपूर्ण वाचण्याचेही श्रम घेतले नाहीत!" त्यांनी ती चिकटवलेली पानं मला दाखवली.

मी 'शितावरून भाताची परीक्षा!' असं म्हणणार होतो, पण म्हटलं नाही. नाहीतर पट्कन त्या नावाची कादंबरी लिहायला लागायचे! नावावरून आठवण झाली. असाच एकदा कादंबऱ्यांच्या नावावरून विषय निघाला होता.

"अहो, कादंबरीचं शीर्षक आकर्षक पाहिजे, मंगल पाहिजे—" किरपेकर म्हणाले.

"आकर्षक ठीक आहे—पण मंगल का म्हणून?" मी विचारलं.

"पहिल्या कादंबरीचं नाव मी भलतंसलतं ठेवलं आणि त्याचा खपावर परिणाम झाला."

"ते कसं काय?"

"अहो, लग्नात नवरानवरीला भेट द्यायला म्हणून बऱ्याच पुस्तकांची विक्री होते! मी तर कधी लग्नाला गेलो कुणाच्या, तरी स्टेनलेस स्टीलचं भांडं देत नाही की पाकिटात घालून अकरा-एकवीस रुपये देत नाही!"

"मग?"

"पुस्तकाची एक प्रत—माझ्या पुस्तकाची! आज माझी पुस्तकं महाराष्ट्राच्या कानाकोपऱ्यात, बंगल्यात न् झोपडीत गेली आहेत! मी व माझ्या असंख्य चाहत्यांनी ती वधू-वरांना भेटीदाखल दिली म्हणून! माझ्या पहिल्या कादंबरीचं नाव—'कोसळणारं मंदिर!' अहो प्रोफेसर, असल्या अभद्र नावाचं पुस्तक विवाहासारख्या मंगल प्रसंगी वधू-वरांना कोण कशाला देईल?"

“अरेच्चा! हे माझ्या ध्यानात आलं नव्हतं!” मी कबुली दिली.

“तर हो! परिणामी माझं कोसळणारं मंदिर बाजारात साफ कोसळलं! ‘उद्ध्वस्त जग’, ‘नवरा की कसाई?’, ‘विवाह की घटस्फोट?’ असल्या स्फोटक शीर्षकांची पुस्तकं ‘सप्रेम भेट’ म्हणून चालत नाही बरं!”

तर, प्रकाशकांनी परत दिलेलं हस्तलिखिताचं बाड टेबलावर आपटून किरपेकरांनी घोषणा केली—“त्या उद्धट प्रकाशकाला पुन्हा कधीच माझी कादंबरी मिळणार नाही! तुमच्या ओळखीचा आहे ना तो? त्यांना माझा हा निरोप सांगा!”

मी ही (आनंद) वार्ता प्रकाशकांच्या कानावर घालायचं मान्य केलं!

एक गोष्ट खरी—किरपेकरांचा उत्साह एकसारखा फसफसत असतो! उद्धट प्रकाशकानं नाकारलेलं बाड ते क्षणभरात विसरून गेले. टायचा सामोसा चाचपीत ते नेहमीच्या उत्साहानं ओरडले, “पुढची सत्तावीस तारीख मोकळी ठेवा प्रोफेसर!”

“का हो?”

“मुंबई-पुणे विमान प्रवास! विमानातल्या पंधरा-वीस सीट्स मी रिझर्व्ह करणार आहे!”

“असं? पण कशासाठी?” मी विचारलं.

“नवीन कादंबरीचं प्रकाशन!”

“विमानात? वनिता मंडळ—” मला मागल्या प्रसंगाची आठवण झाली आणि मी वाक्य अर्धवट सोडलं.

“यू सी—इट्स फँटॅस्टिक! इट नेव्हर हॅपण्ड बिफोर! मराठी साहित्याच्या टीचभर आणि दरिद्री प्रांतात आणखी एक रेकॉर्ड!”

“बोला!”

“नवी कादंबरी—नाव ‘घे भरारी उंच आता!’ एका वैमानिकाच्या जीवनावर कादंबरी आहे. म्हटलं, त्या कादंबरीचं प्रकाशन उडणाऱ्या विमानात झालं पाहिजे! एअरहोस्टेस रिबन कापेल, हवं तर पायलटला सांगू!”

“नको नको—पायलट आपल्या जागेवर ठीक आहे! विमान कोसळायचं आणि... हवाई सुंदरीच बरी!” माझा मध्यमवर्गीय दृष्टिकोन!

"ओके! अॅग्रीड! एअरहोस्टेसच बरी—फँटॅस्टिक अँड ग्लॅमरस! तर कशी आहे माझी आयडिया?"

"उत्तम! शंकाच नाही!"

"पंधरा-वीस लेखकमित्रांना बोलावतो. नाही तरी आपला मराठी लेखक विमान आतून कधी पाहणार? दोन-चार ग्रामीण लेखकांना आमंत्रण देतो! बिचाऱ्यांनी बैलगाडी आणि यस्टीशिवाय कायबी बगिटलं नसंल. आयला काय जंक्शण चैन करायची हाय ती करा म्हणावं गुमान!"

किरपेकर अंतर्धान पावले आणि मला त्या प्रचंड कादंबरीची आठवण झाली—'शेळी जाते जिवानिशी—खाणारा म्हणतो वातड!'

या सगळ्या गडबडीत पहिला खंड प्रसिद्ध व्हायचा राहिला होता! पण त्यांना त्याची आठवण करावी तरी पंचाईत! पहिल्या खंडाचं प्रकाशन देवनारच्या कसाईखान्यात एखाद्या खाटकाच्या (रक्ताळलेल्या) हस्ते करूया म्हणायचे!

●●●

.१५.
तिघांच्या तीन तऱ्हा!

भारत हा विविध जातीजमातींचा, विविध मनोवृत्तींच्या लोकांचा चित्रविचित्र देश आहे. केवळ व्यापारी घेतला तरी गुजराती व्यापारी वेगळा, मराठी वेगळा आणि गोयंकार वेगळा. गिऱ्हाइकाकडे, त्याचप्रमाणं स्वत:कडे पाहण्याचा त्यांचा स्वतंत्र दृष्टिकोन असतो आणि आपलाच दृष्टिकोन सर्वोत्तम, असा त्यांचा समज असतो.

भारत हे उत्फुल्ल कमळ मानलं, तर त्या कमळाच्या तीन पाकळ्या किती वेगवेगळ्या रंगाच्या न् ढंगाच्या आहेत याचा सूक्ष्म अभ्यास मी केला आहे.

त्या किंचित अभ्यासाचे हे निष्कर्ष.

तर, मी आणि सौ. एका गुजराती व्यापाऱ्याच्या कापड दुकानात शिरतो. पायघोळ सदरा आणि धोतर या वेषातला मालक हर्षोत्फुल्ल नजरेनं पुढं येतो. बेटावर अडकलेल्या एकलकोंड्या रॉबिन्सन क्रुसोला जेव्हा मानवप्राण्याचं दर्शन झालं, तेव्हा त्याच्या चेहऱ्यावरसुद्धा तेवढा आनंद दिसला नसेल!

"आईये साब—बैठिये साब! साबको जरा कुर्सी दो बैठने को! फार गरमी आहे साहेब. मागल्या वर्षी इतकी गरमी

नव्हती. जेठाभाई—साबना थंडागार पाणी आणून दे.''

"असू दे. सावकाश आणा पाणी.''—आपण त्याच्या दिलखुलास स्वागतानं गुदमरलेलो.

"बोला साहेब—बाईसाहेबांना कुठल्या साड्या काढू?''

आमच्या बाईसाहेबांच्या शोधक नजरेवरून आम्ही काय खरेदी करणार आहोत, हे तो चाणाक्षपणे ओळखतो!

"अमेरिकन जॉर्जेट साड्या आहेत तुमच्याकडे?''-सौ.चा प्रश्न.

"अमेरिकन जॉर्जेट? अहो, या साड्यांचा आमच्याकडे जेवढा स्टॉक आहे तेवढा अख्ख्या मुंबईत नाही! डुंगरसी भाय, अमेरिकन जॉर्जेट घे. खास अमेरिकेहून इंपोर्ट! हा हा हा! अपने बगीचे में पैदा हुआ माल! एकदम सुपिरियर क्वालिटी.''

साड्यांचा ढीग आमच्यापुढं पडतो.

"डुंगरसीभाय—दो थंडा काही घेऊन ये-''

"छे छे! कोल्ड्रिंक मागवू नका. तुम्ही त्रास कशाला घेता उगाच?''

"गरमी केवढी राजा—थंडा पिल्यावर बरं वाटेल.''

सौ. माझ्या कानात पुटपुटते, "तुमच्यावर खूश दिसतोय! साबवरून राजावर आला एकदम!''

मालक एकेक साडी उलगडून दाखवतो—"हा कलर बघा - असला कलर मिळणार नाही. हा एवढा एकच पीस राहिलाय... त्या साडीचा पदर तरी बघा—ती कोण नटी डुंगरसीभाय? हेमामालिनी? तिनं त्या सिनेमात घातली होती असली साडी! आम्ही कुठं सिनेमा पाहतो राजा! वेळवखत कुठं मिळतो? हे डिझाइन बघा—डुंगरसीभाय, त्या तिकडच्या साड्या घे.''

आणखी डझनभर साड्यांचा ढीग! मी गुदमरून जातो. "असू द्या मालक. आणखी साड्या नका काढू.''

"राजा, नुसत्या बघायला कुठं पैसे पडतात? आमचा धंदाच आहे तो. गिऱ्हाइकाचा संतोष हाच आमचा फायदा! हुं—घ्या, थंडा घ्या! बाईसाब, हा कलर बघा. ही शेड अख्ख्या मुंबईत मिळणार नाही! राजा, तुमला खरं सांगतो—ही शेड बाईसाहेबांना शोभून दिसेल...गोऱ्या रंगाला ही शेड

मॅचिंग! दहा वर्षांनी जवान दिसेल! डुंगरसीभाय, ही बाजूला ठेव—ही आणखी एक असू दे, पोत सुपिरियर आहे! दोनच पुरे? छे छे! आज तीन तारीख साड्या तीन पाहिजेत! हा एकच, शेवटचा पीस राहिलाय—डुंगरसीभाय, आपली बॅग दे त्यांना.''

''अहो, पण—साड्यांच्या किमती—''

''किंमत? तुमच्याकडनं किती किंमत घेणार मी राजा? तिन्ही मिळून फक्त चारशे दहा रुपया! चारशेवीस होतात. पण तुमच्यासाठी चारशे दहा!''

''पण मालक...''—माझा बोलण्याचा दुसरा प्रयत्न.

''एवढे पैसे नाहीत पाकिटात? फिकीर नको, उद्या आणून द्या.''

''पैशाचा प्रश्न नाही.''

सौ. तेवढ्यात साड्यांचं पुडकं पिशवीत टाकते. मुकाट्यानं पैसे देण्याशिवाय मला गत्यंतर उरत नाही!

''राजा, तुमच्यासाठी सेल्सटॅक्स माफ! या या साब, असे इकडे या—'' नव्या गिऱ्हाइकाचं तो स्वागत करतो. ''कसल्या साड्या काढू बाईसाहेबांना?''

''तुमच्याकडे शिफॉन साड्या आहेत का हो?'' नव्या गिऱ्हाइकाची नवपरिणीत वधू नाजूक आवाजात पृच्छा करते.

''शिफॉन? या साड्यांचा आमच्याकडे जेवढा स्टॉक आहे तेवढा अख्ख्या मुंबईत नाही! बघा इथं— राजा, थंडा मागवू?''

मी चमकून त्याच्याकडे पाहतो.

सौ. हळूच चिमटा काढून म्हणते, ''आता 'राजा' तुम्ही नाही; आता ते 'राजा'!''

दादर भागातलं मध्यवर्ती दुकान. असंच कुणा टेकाडे, डोंगरे किंवा पर्वते ह्यांचं. संध्याकाळची गर्दी टाळावी म्हणून दुपारी तीन-साडेतीन वाजता मी सौ.सह साडी खरेदीच्या मोहिमेवर बाहेर पडलो आहे. 'मऱ्हाटी' माणसाला प्रोत्साहन देण्याची सणक मला आली आहे. मी 'टेकाडे, डोंगरे, पर्वते'मध्ये घुसतो.

काऊंटरवर बसलेला मालक दात कोरत आहे. दुकानात काळोख. उन्हातून आल्यामुळे काळोख अधिकच गडद भासतो आहे. हळूहळू दोन सेल्समन उभे असलेले दिसतात. एक जांभया देत असलेला, दुसरा चक्क पेंगत बसलेला.

"ए हणम्या, डोळे फुटले का तुझे? गिऱ्हाइक इथं केव्हाचं ताटकळतंय?" मालकाची प्रेमळ हाक. तेवढं काम करून मालक पोट भरण्याचं तेवढं एकच साधन असल्याप्रमाणं दात कोरण्यात पुन्हा दंग!

हणम्या ऊर्फ हणमंता खडबडून जागा होतो. आमच्याकडे संत्रस्त दृष्टीनं पाहतो. 'ही कशाला आलीय पीडा भर दुपारी?' असा चेहऱ्यावर भाव. "काय पाहिजे तुम्हाला?" —आळसावलेला प्रश्न.

"आम्हाला साड्या घ्यायच्या आहेत—" —सौ.

"साड्या? गणप्या, तुझं गिऱ्हाइक रे!" आणि जांभया देणाऱ्या गणप्याच्या हवाली आम्हाला करून हणम्या पुन्हा निद्रादेवीच्या कुशीत!

गणप्या मारक्या खोंडाप्रमाणं आमच्याकडे पाहतो. तोंड सताड उघडून शेवटची जांभई देतो आणि आम्हाला विश्वरूप दर्शन घडवतो! "कसल्या साड्या हव्यात?"

"मुंगरा साड्या आहेत तुमच्याकडे?"

"मुंगरा?" गणप्या अंगावर पाल पडल्याप्रमाणे चेहरा करतो. "नाव ऐकलं नाय!"

"कोटा साड्या आहेत?"

"त्येबी नाव नाय ऐकलं?"

मी चिडून विचारतो, "प्युअर सिल्कचं तरी नाव ऐकलंय?"

"हो—त्ये ऐकलंय."-गणप्या मख्ख चेहऱ्यानं उत्तर देतो.

"मग प्युअर सिल्क साड्या दाखवा."

"पण तुम्हाला मुंगरा—कोटा साड्या घ्यायच्या हायत की प्युअर सिल्क! मुंगरा—कोटा बचुभाई हजारीमलकडे घावतील!" हो—म्हणजे आम्हाला हाकलून जांभया द्यायला मोकळा!

"आम्हाला प्युअर सिल्कच घ्यायच्या आहेत!" मी चिवटपणे खिंड

लढवतो.

गणप्या खुर्चीवर चढून वरच्या कप्प्यातली एक साडी कशीबशी खाली काढतो.

मी हाशहुश करीत मालकाला सांगतो—"मालक, तेवढा पंखा जरा लावता का?"

"पॉवर कट!" —दात कोरणं पुढं चालू.

"दिवे लावा—"

"काय म्हणालात?" कर्कश आवाज.

"मी म्हणतो, दिवे तरी लावा म्हणजे साड्यांचा रंग, पोत नीट पाहता येईल."

"असं असं!" मालक नाखुशीनं दिवे लावतात.

गणप्या मोठ्या कष्टानं वर चढून एकेक साडी काढतो. सौ.चं सूक्ष्म निरीक्षण नेहमीप्रमाणं चालू. शेड आवडली तर पदर चांगला नाही— दोन्ही आवडली तर काठ पसंत नाही! तिन्ही गोष्टींचा मेळ जमल्यावर तिनं एक साडी उलगडली आणि पुढं धरली.

"अहो, काय चाललंय तुमचं!" काऊंटरवरून मालकाचा आक्रोश.

"उंचीला कशी आहे ते पाहत्येय! मागं माझ्या नणंदेनं तुमच्याकडून साडी नेली तर ती उंचीला कमी!"

"पण तुम्हाला घ्यायची आहे का?"

"साड्या घेण्यासाठीच आलोय आम्ही!" माझा स्वाभिमान जागृत होतो.

"अहो, तुमच्यासारखी गिऱ्हाईकं अर्धा-अर्धा तास साड्या बघतात. जाताना चोळामोळा करून जातात. आम्हाला मग तेवढाच उद्योग!"

"एकशे पंधरा रुपये पगारात काय काय करायचं आम्ही?" गणप्या केवळ आम्हालाच ऐकू जाईल अशा आवाजात पुटपुटतो.

"उंचीला कमी आहे ही साडी!" सौ.चं आमच्या प्रेमसंवादाकडे लक्ष नाही! "त्या वरच्या कप्प्यातल्या साड्या बघू द्या जरा!"

"त्या साड्या?" मालक चष्मा हातात घेऊन वर पाहतात. "त्या

फार महागड्या आहेत—तुम्हाला नाही परवडणार!''

"का नाही परवडणार?'' माझा स्वाभिमान पुन्हा जागृत!

"एवढी वर्षं दुकान चालवतोय— कुणाला काय परवडतंय, एवढं आम्हाला कळत नाही का राव?''

मी सौ.चं बकोटं धरून रागारागानं दुकानाच्या पायऱ्या उतरू लागतो. कोर्टाप्रमाणं या दुकानाच्या पायऱ्या पुन्हा कधी चढायच्या नाहीत, असा निश्चय करतो. चपळाईने दिवे बंद करून दात कोरीत मालक भुंकल्यासारखं बोलतो— "देणं नाही घेणं नाही—शिंची दुपारच्या वेळी कटकट!''

मुक्काम पोस्ट पणजी.

'पलासी'जवळचं एक कापड दुकान. दुकान आकारानं तसं छोटं, पण दुकानासमोर 'मर्सिडिझ' किंवा 'फॉक्सवॅगन' यासारखी एक इंपोर्टेड कार ताटकळत उभी आहे.

मी आणि सौ. दुकानाच्या पायऱ्यांशी घुटमळतो.

काउंटरमागं बसलेल्या दुकानमालकाचा काउंटरपुढं उभ्या असलेल्या एका गृहस्थाशी जोरजोरानं वाद चालला आहे.

"काय, मी म्हणतो ते खरं की नाही? गोवा महाराष्ट्रात गेला असता, तर गोव्याची वाट लागली असती!''

"हांव सांगता ते तू आयक! आनुबाब—महाराष्ट्र आज किती सुधारलेला आहे, तुला ठाऊक नाही! आणि आमची मुलंबाळं कुठं आहेत आज? माझा थोरला मुलगा आहे मुंबईला—मुलगी दिलीय पुण्याला—''

"अरे, मुलगी महाराष्ट्रात द्यायला हरकत नाही; पण गोवा महाराष्ट्राला द्यायला माझी हरकत आहे!''

मी क्षीण स्वरात प्रश्न करतो—"नव्या साड्या आल्या आहेत का तुमच्याकडे?''

"या-या प्रोफेसर, कधी आलात गोव्याला?'' औपचारिक प्रश्न विचारून मालक पुन्हा महाराष्ट्र-गोवा वादाकडे वळतो.

"फटूबाब, आमका नाका श्रीखंडपुरी-आमका आमची शीतकढी

बरी!''

"महाराष्ट्रात गेलात तर महाराष्ट्राचे लोक तुमच्या तोंडात श्रीखंडपुरी कोंबणार आहेत की तुमच्या हातातली शीतकढी ओढून घेणार आहेत! नुकते उलयता रे तू अनुबाब?''

मी मालकाचा नाद सोडून दुकानात शिरतो.

"नारायणपेठ साड्या आहेत तुमच्याकडे?'' माझी सौ. विचारते.

दुकानातला माणूस नारायणपेठ साड्या काढून सौ.पुढं टाकतो. सौ. त्या निरखून पाहीपर्यंत महाराष्ट्र-गोवा हा एरवी न संपणारा वाद संपुष्टात आलेला असतो. मालक माझ्याकडे वळतो.

"काय प्रोफेसर, कसल्या नारायणपेठ आणि काय! इंपोर्टेड कापड सोडून मी कसलंच कापड विकलं नाही! गोवा मुक्त झाला आणि ती वेळ आमच्यावर आली!''

"पण त्यात वाईट काय झालं.'' मी विचारतो.

"कसलं कमिशन हो? पाच टक्के, दहा टक्के कमिशनवर धंदा चालतो काय? इंपोर्टेड कापडावर शंभर-दोनशे टक्के फायदा मिळायचा!'' माझं लक्ष दारात उभ्या असलेल्या 'इंपोर्टेड कार'कडे जातं. मालक सांगतोच आहे— "आता काही मजा नाही धंद्यात! उगाच वेळ जात नाही म्हणून येऊन बसायचं दुकानात!''

सौ. ला नारायणपेठ साड्या पसंत पडत नाहीत. ती मालकाला विचारते, "लेटेस्ट फॅशनच्या साड्या आल्या आहेत तुमच्याकडे?''

"थांबा हं—तुम्ही असं करा, पुढच्या सोमवारी या.''

"पुढल्या सोमवारी?''

"हो, मी मुंबईला जाऊन नवा स्टॉक घेऊन येतो तोपर्यंत!''

"मुंबईला कधी जाणार आहेस?'' फटूबाब चौकशी करतो.

"येत्या बुधवारी!''

"येत्या बुधवारी चेंबर ऑफ कॉमर्सची मीटिंग आहे ना?''

"हो, मग गुरुवारी जाईन.''

"गुरुवारी साहित्य संमेलनाच्या कार्यकारिणीची बैठक आहे डिचोलीला!

तू खजिनदार आहेस ना?''

''अरे हो—विसरलोच! आणि शनिवारी कॉलेजच्या मॅनेजिंग कमिटीची मीटिंग!''

''एक शुक्रवार मध्ये राहिला—'' मी सांगतो.

''शुक्रवारी मांडवीत पार्टी आहे! इंदिरा काँग्रेसचा तो दिल्लीचा सेक्रेटरी येणार आहे ना पणजीला!''

फटूबाब गेल्यावर मालक मला जवळ बोलावतात. हलक्या आवाजात सांगतात—''बरी आठवण झाली!''

''कसली?''

''माझा पुतण्या मुंबईला बी. ए. ला आहे— त्याच्यावर जरा लक्ष ठेवा.''

''लक्ष?''

''त्याला फर्स्ट क्लास वगैरे मिळतो का पाहा— तुमच्याकडे सगळे पेपर्स येत असतील ना?''

मी काही बोलत नाही.

सौ. एक ब्लाऊज पीस घेऊन येते.

''विष्णुदास—किती रे याचे?'' मालक नोकराला विचारतात.

''नऊ रुपये पासष्ट पैसे—''

''साडेनऊ रुपये द्या! तुम्हाला म्हणून पैसे कमी केले!'' मालक बिल तयार करताना बिलामागं पुतण्याचं नाव लिहून देतात. ''लक्ष ठेवा पुतण्यावर! फर्स्ट क्लास मिळाला पाहिजे! लिंबू सरबत घेणार?''

''नको आता!''

''नको? बरं-बरं!'' मालक काउंटरजवळून बाहेर पडतात. ''विष्णुदास, चल आवर बाबा!''

मी घड्याळाकडे पाहतो. सात वाजलेले असतात.

''एवढ्यात दुकान बंद?''

''हूं! मिरामारला चाललो जरा वारा खायला! दुकानात बसून जीव गुदमरला! विष्णुदास, कुलूप कर दुकानाला. मी निघतो!''

'इंपोर्टेड कार'मध्ये बसून मालक निघून जातात.

मी बिलाचे तुकडे करतो.

साड्या खरेदी करण्यासाठी दुसऱ्या दुकानात शिरायला धीर होत नाही!

आम्ही घराकडे परतू लागतो...

●●●

•१६•
हौशे-नौशे-गौशे!

उन्हाळा संपतो आणि पावसाचे शिंतोडे पडून तापलेली जमीन थंड पडू लागते.

माथेरान—महाबळेश्वरला मधुचंद्राला आठ दिवसांसाठी गेलेली पण दोन दिवसांतच परतणारी नवविवाहित जोडपी चाळीतल्या आपापल्या खोल्यांत बसून किराणा मालाच्या याद्या करू लागतात. पुस्तकांचे व वह्यांचे आपल्या वजनाइतके गठ्ठे पाठीवर तोलून धरताना वाकलेली मुलं शाळेचा मार्ग आक्रमू लागतात. उन्हाळ्याची प्रदीर्घ सुट्टी लवकर संपल्यामुळे त्रस्त झालेले, आळसावलेले प्राध्यापक कॉलेजात येऊन पुढल्या सुट्ट्यांच्या तारखा कधी पडल्या आहेत याचा शोध घेऊ लागतात. नवी छत्री आणावी की मागल्या वर्षी पावसाळ्याच्या शेवटी मित्राकडून आणलेल्या (व परत द्यायची राहून गेलेल्या) छत्रीवर पावसाळा काढावा या द्विधा मन:स्थितीत कुटुंबवत्सल गृहस्थ सापडतात. मध्य रेल्वेच्या गाड्या बंद पडू लागतात. फोन आउट ऑफ ऑर्डर होतात. असं बरंच काही होतं.

आणखी एक गोष्ट होते—

अनेक उत्साही स्त्री-पुरुष दिवाळी अंकाच्या तयारीला लागतात. साहित्यिकांच्या घरांचे (नसलेले) उंबरे झिजायला सुरुवात

होते.

रविवारची सकाळ. मी 'प्रतिभा आणि प्रतिमा'मधला 'साहित्यिकांच्या गप्पा' कार्यक्रम एकाग्रपणे पाहत असतो. बाहेर पावसाची रिमझिम. सकाळपासूनचा चहाचा तिसरा कप माझ्या हातात असतो.

तेवढ्यात एकामागोमाग एक असे चार तरुण आत घुसतात. समोरच्या सोफ्यावर पाय वर घेऊन आरामात बसतात. जलधारांनी भिजलेली अंगं सोफ्याला, मागं टेकावयाच्या उशांना घाशीत राहतात.

"आमचं पत्र पोचलं असेलच—" दोन्ही कानांवर केसांची झुलपं असलेला तरुण संभाषणाला प्रारंभ करतो.

"पत्र? कसलं पत्र?" मी टी. व्ही.वरची नजर न हलवता प्रश्न करतो.

"दिवाळी अंकासाठी साहित्य पाठवा म्हणून पाठवलेलं—"

"दिवाळी अंक? दिवाळीला तर अजून खूप अवकाश आहे! चार-पाच महिने असतील!"

"खरं आहे—पण आम्ही आतापासूनच सुरुवात करणार आहोत-" तंबाखूचा तोबरा भरलेला तरुण मोठ्या कष्टानं बोलतो, "तुमचं बेसिन कुठं आहे?"

मी मनातल्या मनात चडफडत उठतो आणि बेसिन दाखवतो. स्वच्छ बेसिन पुरेसं गलिच्छ केल्यावर तो हात पुढं करून विचारतो.

"नॅपकिन?"

नॅपकिननं तोंड पुसत तो हॉलमध्ये येतो.

त्याच्या मागोमाग मी.

"आम्ही या वर्षीपासून दिवाळी अंक काढायचं ठरवलं आहे—"

"असं?"

"हसवाहसवी नावाचा."

"फसवाफसवी?" टी. व्ही. सुरू असल्यामुळे मला नीटसं ऐकू येत नाही.

चौघे मोठमोठ्यानं हसू लागतात. एक हसू आवरीत तिघांना सांगतो—

"बघितलंत?" मी तुम्हाला सांगितलं नाही, हे फार विनोदी आहेत म्हणून?" आणि पुन्हा फटाकडा फुटल्यासारखा ठो करून हसत सुटतो.

मी गंभीरपणे टी. व्ही. बंद करतो आणि म्हणतो—

"आता बोला!"

"मी दिवाळी अंकाचा संपादक, हा उपसंपादक—हा साळकर, व्यवस्थापक—हा सावंत, निर्मितीप्रमुख—"

"निर्मितिप्रमुख?"

"प्रेसमधलं अंकाचं प्रिंटिंग-प्रूफ रीडिंग—बाइंडिंग वगैरे सावंत पाहणार! साळकर जाहिराती—वितरण व्यवस्था वगैरे."

"भांडवल कोण घालणार?"

"तूर्त आम्ही चौघांनी पाचपाचशे रुपये काढले आहेत—"

"दोन हजारांत दिवाळी अंक?"

"जाहिरातींतून उत्पन्न मिळेल—प्रेस तीन महिन्यांचं क्रेडिट द्यायला तयार आहे—अंक खपला की पैसे मिळतीलच की!" व्यवस्थापक साळकर दिवाळी अंकाचं अर्थशास्त्र माझ्यासमोर मांडतात.

"शिवाय तुमच्यासारख्यांचं सहकार्य—" संपादक नम्रपणे बोलतात.

"माझ्यासारख्यांचं सहकार्य?" मी चाचरत विचारतो. मंडळी माझ्याकडे पाचशे रुपये मागणार की काय?

"म्हणजे लेखनाचं हो. तुमची या वर्षीची सर्वोत्कृष्ट विनोदी कथा 'हसवाहसवी'ला द्यायची!"

"मग तुम्हाला कथा शेवटी द्यावी लागेल."

"का बरं?" उपसंपादक प्रथमच तोंड उघडतात.

"सगळ्या लिहून झाल्या की, त्या एकत्र करून त्यातून सर्वोत्कृष्ट निवडायची म्हणजे."

चौघे पुन्हा खो-खो हसतात. आता यात हसण्यासारखं काय आहे, कोण जाणे!

"चहा घेणार?" मी विचारतो.

"घेऊ या की!" —व्यवस्थापक.

"टी वेदर आहे." —संपादक.

"खरं म्हणजे ही व्हिस्कीवेदर आहे." —निर्मितीप्रमुख.

"सकाळी दहा वाजता चहाच बरा!" मी घाईघाईनं म्हणतो आणि आत जाऊन ऑर्डर देतो.

"आणखी कुणाकडून साहित्य गोळा करणार?" मी प्रश्न करतो.

"पु. ल. देशपांडेंनी कबूल केलंय?"

"हो. मागं पु. ल. पार्ल्याला राहायचे ना—त्यांच्या शेजारी खोली घेऊन माझा मावस भाऊ राहायचा. परवा तो पुण्याला गेला होता, तेव्हा त्यानं पु. लं.ना फोन केला. जरूर देतो म्हणाले—"

"वा! छानच आहे!" मी तरी त्यांना नाउमेद का करू?

"जयवंत दळवींना आम्ही सकाळीच फोन केला. ते इंदूरला गेले आहेत, असं समजलं."—संपादक.

"मागल्या आठवड्यात फोन केला होता, तेव्हा ते भोपाळला गेले होते—"—उपसंपादक.

"पुढल्या आठवड्यात ते उदयपूरला जाणार आहेत!" मी माहिती पुरवतो. "जून ते ऑक्टोबर त्यांची देशभर फिरती असते!"

तेवढ्यात चहा येतो. बिस्किटं व केक्स असलेली बशीही येते.

निर्मितिप्रमुख पुन्हा एकदा बेसिनकडे जाऊन येतात.

चौघे फुर्र फुर्र चहा पितात. बशी रिकामी करतात. त्यांच्या चेहऱ्यावर संतुष्ट भाव दाटून येतो.

"जमलं तर आम्हाला तुमच्याकडून कादंबरी हवी आहे."—संपादक.

"कादंबरी वेगळ्या विषयावरली, खळबळजनक, वाचकांच्या उड्या पडतील अशी असावी."

"आणि कादंबरीचं नाव सहा अक्षरी असावं."

"सहा अक्षरी? ते का?" मी कुतूहलानं विचारतो.

"दिवाळी अंकाचं नाव सहा अक्षरी—त्यामुळे कथा, कविता, कादंबरीचं नाव सहा अक्षरी, असा अगदी वेगळा प्रयोग आम्ही करणार आहोत!"

"वा—वा! छान!"

"पु. लं. ना सुद्धा आम्ही तशी सूचना केलीय!"

"वा! फारच छान!"

"आम्ही कादंबरीचं तुम्हाला एकशे एक रुपये मानधन देऊ!" —संपादक.

"आमचा हा पहिला दिवाळी अंक आहे. तरुणांना उत्तेजन देणं हे तुमच्यासारख्या महान वगैरे साहित्यिकांचं कर्तव्य आहे. म्हणून फूल ना फुलाची पाकळी म्हणून तुम्ही एकशे एक स्वीकारलेच पाहिजेत." व्यवस्थापक आपली जबाबदारी पार पाडतात.

"अंक छापून झाला की अंक आणि कात्रणं—अंक खपला की मानधन." निर्मितिप्रमुख तंबाखू चघळीत आश्वासन देतात.

"अंक खपला नाही तर?" मी चिंताग्रस्त होऊन विचारतो.

"तरीही आम्ही तुम्हाला तुमचं पूर्ण मानधन देण्याचा आटोकाट प्रयत्न करू."

"ठीक आहे!" निरोप देताना काढतात तसा स्वर मी काढतो.

मंडळी उठत नाहीत. आरामात सोफ्यावर बसलेली. अजून तास-दोन तास बसायची तयारी.

मग मीच उठून उभा राहतो. हात जोडून "ठीक आहे तर मग!" असं पुन्हा म्हणतो.

चौघेही नाखुषीनं उभे राहतात.

"तुमचे खूप मित्र असतील ना?" —व्यवस्थापकाचा प्रश्न.

"आहेत. का बरं?" मी सावधगिरीने विचारतो.

"आमचा अंक खरेदी करायला त्यांना सांगा. अंकाची किंमत सात रुपये."

"सात रुपये नाही साळकर, आपल्याला बहुतेक दहा रुपये किंमत ठेवावी लागेल."—निर्मितिप्रमुख.

"ठीक आहे. पण तुमच्या मित्रांना आम्ही तो सात रुपयाला देऊ!" व्यवस्थापक.

"मग जरूर पाठवा." —संपादक.

"काय, कादंबरी ना?"

"ती तर पाठवालच हो. पण मित्रांची यादी—पत्त्यांसह."

मंडळी एकदाची जातात.

मी घामाघूम होऊन पुन्हा टी. व्ही. लावतो. 'साहित्यिकांच्या गप्पा' संपलेल्या असतात. टी. व्ही. वर जाहिरात सुरू असते— 'सर फटा जा रहा है? तो ॲनासिन लीजिये' टी. व्ही. बंद करून मी 'ॲनासिन'च्या शोधात.

सुट्टीचा दिवस.

दुपारचं चविष्ट भोजन हातीपायी गेलं आहे. वामकुक्षी करण्यासाठी मी बेडरूममध्ये पहुडलो आहे. वर पंखा गरगरतो आहे आणि आणीबाणीनंतर 'टाइम', 'न्यूजवीक' धर्तीच्या ज्या असंख्य इंग्रजी साप्ताहिक-मासिकांचं पेव फुटलं आहे, त्यातलं एक नियतकालिक वाचता-वाचता मला सुरेख झोप येऊ लागली आहे. तेवढ्यात बेल वाजते.

बेलच्या आवाजाला दाद न देता झोपेच्या गहिऱ्या गुंगीत मी अधिकच खोलवर रिघतोय.

"अहो, उठा उठा—"- सौ.ची हाक.

मी त्रस्त होऊन कुशीवर वळतो. "काय गं? काय काम आहे?"

"अहो, तुमच्याकडे कुणी तरी आलंय."

"कोण आलंय?"

"दोन बाया—पस्तीस-चाळीस वयाच्या." वयाचा तपशील न विचारताही पुरवीत सौ.

"बाया? मग माझ्याकडे नसतील, तुला भेटायला आल्या असतील. साबण, शांपू विकायला."

"नाही हो, तुमच्याकडेच!"

"या वेळी?" मी चिडतो. उठून बसतो. दोन-अडीचला लोकांकडे आगंतुकाप्रमाणे जाऊन झोपमोड करणाऱ्या बायांचं कध्धी कध्धी... चरफडत मी शर्ट चढवतो. केसांवरून नीट हात फिरवतो. बाहेर येतो.

"काय, झोपला होतात वाटतं?" दोघींतली एक बाई विचारते.

"हूं" मनात म्हणतो, 'नाही-उड्या मारत होतो!'

"अय्या! मला वाटलं, तुम्ही दिवाळी अंकाच्या कथाबिथा लिहीत बसला असाल!" —दुसरी.

"तुम्हाला डिस्टर्ब केलं का आम्ही?"

"नाही—तसं काही नाही!" हे आपलं उगाच.

"आम्ही ऑड वेळेला यायचं कारण-आमचे मिस्टर झोपले आहेत. आज सुट्टी ना? ते उठण्यापूर्वीच घरी पोचायचं आहे."

अरे वा! ह्यांच्या मिस्टरांच्या वामकुक्ष्या लाखमोलाच्या आणि आमच्या वामकुक्षीची किंमत (रवीन्द्र पिंगेच्या) तांब्याच्या पैशाएवढीसुद्धा नाही काय?

"हं—काय काम होतं माझ्याकडे?"

"आधी मी ओळख करून देते. मी शिल्पा सामंत आणि ही सरला कैकिणा, ही चांगली लेखिका आहे, बरं का!"

"ए, उगाच काय गं! पुरे हं—" सरला लाजून लाल झालेली.

"हो का? छान छान!" —मी.

"माझी एक कथा छापून आली होती. 'दोन घडीचा डाव' नावाची. नवनीत मासिकात. बालकवी ठोमरे संपादक होते ना—ते नवनीत." शिल्पा सामंत.

"बालकवी ठोमरे?"

"हो—त्यांची फुलराणी कविता होती पाहा आम्हाला 'गद्य पद्य वेचे' मध्ये इतकी छान चाल होती त्या कवितेला-"

"अहो, ते ठोमरे कधीच वारले."

"बालकवी ठोमरे वारले? कधी? आम्हाला कळलं कसं नाही?"

"ते तुमच्या जन्मापूर्वीच वारले, म्हणून कळलं नसेल! नवनीतचे संपादक म्हणजे उमाकांत ठोमरे—"

"हां—म्हणजे माझं काही अगदीच चुकलं नाही!" शिल्पा सामंत विजयी मुद्रेनं म्हणाल्या, "ठोमरे नक्की आठवत होतं."

"ठीक. तुमचं काम काय, ते नाही सांगितलंत?"

"आम्ही या वर्षी दिवाळी अंक काढणार आहोत—" सरलाबाई.

"दिवाळी अंक?" मनातल्या मनात मी चिडतो. हे काय चाललं

आहे? कुणीही उठावं, झोपलेल्यांना भर दुपारी उठवावं आणि दिवाळी अंकांसाठी साहित्य मागून छळावं.

"आम्हा दोघींना की नाही, वाङ्मयाची फार फार आवड आहे." सरलाबाई.

"मी बी. ए.ला मराठी घेतलं होतं." —सामंतबाई.

"वा छान!"

"इंटर झाल्यावर लग्न झालं. पण साहित्याची आवड इतकी की, लग्न झाल्यावर संसार सांभाळून कॉलेज करत होते. अर्थात बी. ए. पूर्ण करू शकले नाही."—सरलाबाई.

"ते का?" मी जांभई दाबून उगाच प्रश्न विचारतो.

"इश्श!" सरलाबाई पुन्हा एकदा लाजून लाल.

"त्या वर्षी तिची पहिली डिलिव्हरी झाली. मग ते राहिलंच; नाही का गं?"

"मात्र मी रोज वाचत असते —मासिकं कादंबऱ्या—"

"ते सगळं ठीक आहे. पण एकाएकी दिवाळी अंक काढायची दुर्बुद्धी का सुचली?" मी हसत विचारतो. 'दुर्बुद्धी' शब्दातला डंख जाणवू नये,— म्हणून हे हसणं बाकी काही नाही!

"माझे मिस्टर सचिवालयात बडे ऑफिसर आहेत. मागच्या वर्षी ते बांधकाममंत्र्यांचे पी. ए. होते. त्यांच्या खूप ओळखी झाल्या आहेत! आम्हाला म्हणाले, तुम्ही दिवाळी अंकासाठी कथा-कविता जमवा, मी जाहिरातींची व्यवस्था करतो. म्हणून तर आम्ही हे धाडस करायचं ठरवलं! अनायासे साहित्यसेवा होत असेल तर—" सामंतबाई सांगतात.

"मग बरोबर आहे!"

"माझेही मिस्टर जाहिराती गोळा करून देणार आहेत, बरं का!" सरलाबाई गडबडीनं म्हणाल्या, त्या बाबतीत उगाच उणेपणा नको! "ते प्रायव्हेट फर्ममध्ये आहेत. सगळ्या बँकेच्या ॲड्स त्यांच्या खिशात आहेत!"

"वा! उत्तम! बरं, माझ्याकडून कोणती अपेक्षा आहे तुमची?"

"तुम्ही काहीही द्या—पण द्या-"

“काहीही म्हणजे काय?”

“कथा द्या, कादंबरी द्या, कविता द्या, लघुनिबंध द्या—काहीही द्या-”

मी मनातल्या मनात चिडतो. वरकरणी हसत म्हणतो, “आणखी कोणाकडून साहित्य मागणार आहात?”

“मराठीतल्या सगळ्या प्रथितयश लेखकांकडे आम्ही जाणार आहोत!”

“म्हणजे, उदाहरणार्थ? आजचे आघाडीचे कथाकार कोण तुमच्या मानानं?”

“आम्ही प्रथम जाणार शैलजा अभ्यंकरकडे—फार लोकप्रिय लेखिका आहे ती-”

“मला वाटतं—तुम्ही दोन लेखिकांच्या नावांची गल्लत करता आहात! ठीक आहे. गो अहेड—”

“झालंच तर कुणी दसनूरकर म्हणून आहे आणि ए शिल्पा, त्या दिवशी तुला मी ती गोष्ट वाचून दाखविली होती बघ— ‘मालवून टाक दीप’ कोण गं लेखिका? इश्श! नाव विसरून गेलो—तर ती एक उत्तम लेखिका-”

“मला वाटतं सरला, ती कथा पुरुषानं लिहिली होती. कुणी तरी ‘कर’ होता बघ—”

“ठीक आहे, समजलं!” मी म्हणतो, “एनी वे, तुम्हाला माझ्याकडून कथा-कविता काहीही चालेल—हा मुख्य मुद्दा!”

“थँक्स बरं का! तुमच्या ‘साहित्य सहवास’मध्ये आणखी कुणी प्रथितयश लेखक आहेत का हो? उदयोन्मुखही चालतील.”

“आहेत ना! प्रथितयश म्हणाल तर डॉक्टर विजया राजाध्यक्ष आहेत. विंदा करंदीकर आहेत—”

“कमाल आहे हं डॉक्टर राजाध्यक्षांची! डिस्पेन्सरी सांभाळून कधी लिहितात, कोण जाणे!”

“अगं, प्रॅक्टिस चालत नसेल! तो डॉक्टर नाही का, दवाखाना बंद करून नाटकात कामं करतो-”

मी हा परिसंवाद थांबवितो. “विजया राजाध्यक्ष पीएच. डी. आहेत!

म्हणजे निरुपद्रवी डॉक्टर!''

"तरीच! आणि काय हो—खरं सांगा हं, विंदा करंदीकर म्हणजे पुरुष ना हो?''

"हो—''

"बघितलंस शिल्पा? तू पैज हरलीस बरं का! ही शिल्पा म्हणत होती विंदा म्हणजे स्त्री—''

"त्यांच्याकडून काय मागणार आहात?''

"कादंबरी लिहायला वेळ नाही म्हणाल तर कथा चालेल, शक्य तर दीर्घ कथा-''

"असं!'' मी म्हणतो, "मग विजया राजाध्यक्ष यांच्याकडून कविता मागणार असाल?''

"हो, तसंच करू! सरला, तू लिहून घे गं कुणाकडून काय मागायचं ते! मेल्लं काय काय लक्षात ठेवायचं? उगाच ऐनवेळी घोटाळा व्हायला नको! म्हणतील, मारे दिवाळी अंक काढायला निघाल्या आहेत; पण कोण काय लिहितो आहे, हे ही ठाऊक नाही!''

"हो ना!'' मी दुजोरा देतो.

"शिल्पा, आता आपण विजयाबाईंकडे जाऊ—विंदा करंदीकरांना पुढल्या रविवारी गाठू!''

"ते का?'' मी उगाच प्रश्न विचारतो.

"घरी जायला हवं!''

"स्वारी उठेल ना! उठले आणि मी नाही असं कळलं, तर फुरंगटून बसतील!''

"होय बाई—आमच्या ह्यांचंही असंच आहे! शिवाय संध्याकाळी डिनरला जायचंय!''

"हो का? आम्ही जाणार आहोत फॅशन शोला. मग बाहेर हॉटेलात जेवणार आहोत!''

"बरं— आम्ही जाऊ का? पाठवा बरं का काही तरी! मोबदला लगेच पाठवू!''

मनातल्या मनात दातओठ खात, वरकरणी हसत मी त्यांना निरोप
देतो.

बेडरूमकडे येतो.

सौ. आरामात झोपलेली आहे. आपण लेखिकाबिखिका नाही याचं
समाधान तिच्या निद्रिस्त चेहऱ्यावर तरळत आहे!

•••

www.ingramcontent.com/pod-product-compliance
Lightning Source LLC
Chambersburg PA
CBHW030339030726
47499CB00003B/835
9788172948771